இரண்டு புத்தகங்கள்

மலையாள மூலம் : அசோகன் சருவில்

தமிழில் : சுகானா

இரண்டு புத்தகங்கள்	:	சிறுகதைகள்
மலையாள மூலம்	:	அசோகன் சருவில்
தமிழில்	:	சுகானா
	:	© ஆசிரியருக்கு
முதற்பதிப்பு	:	ஜனவரி 2017
அட்டை ஓவியம்	:	கனேஷ் பாபு
வெளியீடு	:	வம்சி புக்ஸ்
		19, டி.எம்.சாரோன்,
		திருவண்ணாமலை - 606 601
		9445870995, 04175-235806
அச்சாக்கம்	:	மணி ஆப்செட், சென்னை-600 077
விலை	:	₹ 110/-
ISBN	:	978-93-84598-46-4

Irandu Puthagagal	:	Short Stories
Malayalam	:	Asokan Charuvil
In Tamil	:	Sughaana
	:	© Author
First Edition	:	January - 2017
Cover Painting	:	Ganesh Babu
Published by	:	Vamsi books
		19.D.M.Saron,
		Tiruvannamalai-606 601
		9445870995, 04175 - 235806
Printed by	:	Mani Offset, Chennai-600 077
	:	₹ 110/-
ISBN	:	978-93-84598-46-4

www.vamsibooks.com - e-mail: vamsibooks@yahoo.com

அசோகன் சருவில் எனும் அதிசயக் கதைச் சொல்லி

ஒரு திரைப்படத்தின் படப்பிடிப்பிற்காக இப்போது ஐதராபாத் நகருக்கு வந்திருக்கிறேன். இதை எழுதுவதற்காக இந்த நட்சத்திர விடுதியறையில் அமர்ந்திருக்கும்போது, எனது மனம் முப்பதாண்டுகள் பின்நோக்கிச் செல்கிறது. 1980களின் கடைசியில் இதே ஐதராபாத் தெருக்களில் அன்றாடச் செலவுக்குப் பணமில்லாமல், பலசமயம் பசித்த வயிறுடன் 'என்னவாகும் எனது எதிர்காலம்?' என்கின்ற ஓயாத கவலையோடு அலைந்தவன் நான். அப்பாவுடன் சண்டையிட்டு சொந்த வீட்டைவிட்டு, ஊரைவிட்டு தொலைதூரத்திற்கு ஓடி வந்தவன். 'வந்தது வீணாகவில்லை, வாழ்க்கையில் முன்னேறிவிட்டேன்' என்று அவ்வப்போது அம்மாவிற்கு ஆறுதல் கடிதம் அனுப்பினேன்! ஆனால் எதிர்காலத்தைப் பற்றியான கவலைகள் ஒரு பெரும் பீதியாக என்னைச் சூழ்ந்திருந்தது. பின்னர் வாழ்க்கையை ஓரளவுக்கு நகர்த்துமளவில் சிறு வேலைகள் கிடைத்தன. இரண்டு ஆண்டுகள் ஊருக்குப் போகவேயில்லை. அம்மாவையும் தங்கையையும் தம்பிகளையும் பார்க்காமல் மனது மிகவும் கஷ்டப்பட்டுக் கொண்டிருந்தது. ஆனால் எப்படிப் போவது? கையில் மிச்சம் மீதம் எதுவும் இருக்கவில்லை. இருந்தும் ஒருநாள் ஊருக்குக் கிளம்பவே முடிவெடுத்தேன்.

ஃபிரோஸ்குடா எனும் பகுதியில்தான் அப்போது தங்கியிருந்தேன். எங்கள் தெருவில் புஷ்கரிணி கிரானா அண்டு ஸ்டேஷனரி எனும் மளிகை மற்றும் பல்பொருள் கடை ஒன்று இருந்தது. அரிசி பருப்பிலிருந்து சோப்பு

சீப்பு கண்ணாடி வரைக்கும் அனைத்தும் கிடைக்குமிடம். முதலாளி பாண்டு, ஒடுங்கிப் போன கன்னங்களும் கொஞ்சம் துருத்தி நிற்கும் பற்களும் கொண்ட மெலிந்து உயரமான மனிதர். நல்ல மனிதர். வேலையில்லா பிரம்மச்சாரிகளுக்கு உணவு, அத்தியாவசியப் பொருட்களைக் கடனாக வழங்கியவர். அவரிடமிருந்து பலவகை வாசனைச் சோப்புக்கள், ஷாம்புகள், பற்பசைகள், பிஸ்கட்கள் அதுஇதுவென ஒரு பெரிய பெட்டியை நிரப்புமளவில் பொருட்களைக் கடனாக வாங்கி நான் ரயிலேறினேன்.

பெரிய பெட்டியுடன் மகன் வந்திறங்கியதில் அம்மாவிற்குப் பெரிய சந்தோஷம். வாழ்க்கையில் முன்னேறியவன் என்ற பொய்யான பெருமிதத் தோரணையுடன் அப்பொருட்களைப் பக்கத்து வீட்டுக்காரர்களுக்கும் பகிர்ந்தேன். எதிர்வீட்டில் வசித்து வந்த ‘அக்காள்’ சிறுவயதில் என்னைத் தூக்கி வளர்த்தவர். முதுமையை எட்டியிருந்த அவர் என் தங்கையிடம் ‘‘சோப்பு சீப்போட வந்திருக்கானே! வேறெதுவுமில்லையாடீ? இவன் கையில காசுகீசு எதாவது இருக்கா? இல்ல எல்லாமே வெத்துப் பந்தாவா?’’ என்று ரகசியமாகக் கேட்பதை நான் ஒட்டுக் கேட்க நேர்ந்தது. எனது உண்மை நிலைமையை அவர் யூகித்திருக்கிறார்! மனம் மரத்துப் போனது. அனைவருக்கும் பணம் மட்டும்தானா இவ்வுலகில் எல்லாமே? கைக்குழந்தைப் பருவத்திலிருந்தே என்னைப் பார்த்துவந்த, எனது சொந்தப் பாட்டியைவிட நான் நேசித்த அந்த அம்மாவே இப்படிக் கேட்கும்போது, கையில் காசில்லாதவனாக இவ்வுலகில் நான் வாழ்வதில் என்ன பயன்?

சில நாட்களிலேயே ஊருக்கு எதுக்குடா திரும்பி வந்தேன் என்று யோசிக்கத் துவங்கினேன். ஆழ்ந்த மன அழுத்தத்துடன் எங்களது மலைக் கிராமத்தின் ஆளரவமில்லாப் பாதைகளில் அலைந்து திரிந்தேன். சாயங்காலங்களில் கிராமத்து நூலகத்திற்குச் செல்வேன். இதழ்களையும் சிறு புத்தகங்களையும் படிப்பேன். வாசிப்பு மட்டுமே சிறு ஆறுதலை அளித்த அந்த நாட்களில் ஒரு தினம், ஓர் ஆண்டிதழில் அசோகன் சருவில் எனும் புது எழுத்தாளர் எழுதிய ‘குஞ்ஞுவறீது ரண்டாமன்’ (இரண்டாம்

குஞ்ஞுவறீது) எனும் கதையைப் படித்தேன். எதிர்காலம், பணம், பாசம், ஜாதி, மதம், பக்தி, பாரம்பரியம் போன்ற பல விஷயங்களின் பொருளின்மையை, மிக எளிதாக அக்கதை எனக்கு விளக்கியது. அக்கதை அப்போது எனக்களித்த ஆறுதலும் தத்துவார்த்தப் புரிதல்களும் இன்றளவும் எனக்குள் நீடித்திருக்கின்றன. அசோகன் சருவிலின் கதைகளுக்காக நான் தேடியலையத் தொடங்கினேன். அது 1990ஆம் ஆண்டு. அப்போது எனக்கு 22 வயது. அசோகன் சருவிலுக்கு 32.

அசோகன் சருவிலின் இரண்டு புத்தகங்கள் எனும் இத்தொகுப்பினை மலையாளத்திலிருந்து தமிழுக்கு மொழிபெயர்த்த சுகானா பிறந்தது அதற்கும் எத்தனையோ ஆண்டுகளுக்குப் பிறகு! சுகானா இன்றைய புதிய தலைமுறை இளம்பெண். ஆனால் அவரது ஆச்சரியமளிக்கும் மொழிபெயர்ப்பில் 27 ஆண்டுகளுக்குப் பிறகு இரண்டாம் குஞ்ஞுவறீது கதையைத் தமிழில் படிக்கும்போது அக்கதையின் எக்காலத்திற்குமுரிய தன்மையும் அடர்த்தியும் என்னை வியக்க வைக்கிறது.

அசோகன் சருவில் பிறந்து வளர்ந்தது கேரளத்தின் திரிச்சூர் பகுதியிலுள்ள இரிஞ்ஞாலக்குடாவின் காட்டூர் கிராமத்தில். அங்குள்ள நசராணிகள் எனும் பரம்பரை கிருஸ்துவர்கள், தங்களது ஆண் பிள்ளைகளுக்கு தங்களது பெயரையே வைக்கும் வழக்கம் உண்டு. ஓர் உதாரணத்தைச் சொல்கிறேன். சென்ற காலத்தில் பிரபல மலையாளத் திரைப்படத் தயாரிப்பாளரயிருந்தவர் குஞ்சாக்கோ. அவரது மகனின் பெயர் போபன் குஞ்சாக்கோ. அவரது பேரனின் பெயர் குஞ்சாக்கோ போபன். அவர் இன்றைய பிரபல மலையாளத் திரை நட்சத்திரம். அவருக்கு ஒரு மகன் பிறந்தால் அவனுக்குமே பெரும்பாலும் குஞ்சாக்கோ என்றே பெயர் வைப்பார்கள். இது ஒருவகை மரபு. அந்தக் காலத்து ஆங்கில அரசர்களின் பெயர்கள் முதலாம் ஜார்ஜ், இரண்டாம் ஜார்ஜ் என்றெல்லாம் வைத்திருந்தது போல, அண்மை காலத்தில் அமெரிக்க அதிபராகயிருந்த ஜார்ஜ் புஷ்ஷின் மகனான அடுத்த ஜார்ஜ் புஷ் அமெரிக்க அதிபரானது போல ஒன்று. அசோகன் சருவிலின் இரண்டாம் குஞ்ஞுவறீது கதையில் மூன்று தலைமுறைகளாக, பாலப்புறத்து குடும்பத்தின் மூத்த மகன்கள் குஞ்ஞுவறீது என்கின்ற பெயரிலேயே அழைக்கப்பட்டு வருகிறார்கள்.

இப்படிப் பெயர் வைத்தல் என்பது மனிதனின் ஆணவத்தின், தான் எனும் அகங்காரத்தின் உச்சம் என்றுதான் இக்கதை சொல்லாமல் சொல்கிறது. என் மகன் வழியாக வாழ்வது அவனல்ல, நானேதான் என்கின்ற உச்சபட்ச ஆணவம் அது. தெருவோரத்தில் ஒரு பெட்டிக்கடை வைத்து நடத்தி, ஒரு சட்டைகூட அணியாமல், இளவயதில் எதுவுமே சரியாகச் சாப்பிடாமல் பணம் சேர்த்து சேர்த்து, பின்னர் ஒரு பெரும் மளிகைக்கடை முதலாளியாக மாறியவர் முதலாம் குஞ்ஞுவறீது. தன்மகன் தானேதான் என்று தன் பெயரையே வைத்து அவர் வளர்த்தெடுத்த மகன்தான் இக்கதையின் கதாநாயகன் இரண்டாம் குஞ்ஞுவறீது.

முதலாம் குஞ்ஞுவறீதின் சில்லறை விற்பனை மளிகைக் கடையை 'குஞ்ஞுவறீது அண்டு சன்ஸ்' எனும் மொத்த விற்பனை மளிகைக் கடையாக வளர்த்தெடுத்தார் இரண்டாம் குஞ்ஞுவறீது. வியாபாரத்தில் கொடிகட்டிப் பறக்கத் துவங்கியதுமே தனது தந்தையை அவன் வெறுக்க ஆரம்பித்தான். 'நாத்தம் புடிச்ச, அசிங்கமான அப்பன்'! கள்ளுக் கடையில் குடிக்கப்போகும்போது தொட்டுக்க வீட்டிலிருந்து ஒரு மீன்துண்டை வேட்டி மடிப்பில் கட்டி எடுத்துச் செல்லும் அளவில் கஞ்சனாக இருந்த கிழவன்! அவரது உடம்பில் எப்போதுமே அழுகிப்போன மீனின் கெட்ட நாற்றம் வீசும்! இறுதியில் அந்த துர்நாற்றத்திற்குள்ளேயே அவர் இறந்துபோனார். ஆண்டுகள் பல கடந்தோடின. இரண்டாம் குஞ்ஞுவறீதுக்கும் முதுமை முற்றியது. இப்போது அப்பகுதிகளிலேயே ஒரு மாபெரும் மொத்த வியாபாரக் கடையாக மாறிவிட்ட 'குஞ்ஞுவறீது அண்டு சன்ஸ்' ஐ நடத்துவது இரண்டாம் குஞ்ஞுவறீதின் மகன் மூன்றாம் குஞ்ஞுவறீது. அவனுக்கும் தனது தந்தை மிகவும் அருவருப்பான மனிதர்!

இரண்டாம் குஞ்ஞுவறீதை இறப்புநாள் நெருங்கிக் கொண்டிருக்கிறது. அவரது மகன் அவரது முகத்தைப் பார்ப்பதுகூட கேவலமாக நினைக்கிறான். ஒரு கோப்பை கள்ளும், தொட்டுக்க கொஞ்சம் மத்திமீன் குழம்பும் வாங்கத் தேவையான ஆறு ரூபாய் அறுபது காசுக்காக ஒரு பிச்சைக்காரனைவிடப் பரிதாபமாக, தன் மகனின் கடைக்கு முன்னால் கையேந்தி நிற்கிறார் இரண்டாம் குஞ்ஞுவறீது. கள்ளுக்கடையிலும்

கடைத்தெருவிலும் ஏன், செல்லுமிடமெல்லாம் அனைவரும் அவரை அவமானப்படுத்துகிறார்கள். வரலாறு அவருக்களிக்கும் தண்டனை அது. ஆனால் எப்படி ஆனாலும் இரண்டாம் குஞ்ஞுவறீதின் ஆணவம் துளிகூட அழிவதில்லை. விவிலியத்தின் கடைசிப் புத்தகமான சுவிசேஷத்தில் சொல்லப்பட்டிருப்பதுபோல் கர்த்தரால் தேர்ந்தெடுக்கப்பட்டவராகவே அவர் தன்னை எண்ணுகிறார். கர்த்தரின் தூதர் நேரடியாக வீட்டிற்கு வந்து அந்த விசேஷ முத்திரையைத் தனது நெற்றிமேல் சார்த்தியிருப்பதாக அவர் நம்புகிறார்.

பணக்கார நசராணி கிருஸ்துவர்களின் அன்றாட வாழ்க்கைச் சித்திரங்களையும் சிக்கல்களையும் மையப்படுத்திய இக்கதையின் அடிநாதமாக ஒலிப்பது விவிலியச் சிந்தனைகளும் வாசகங்களும் தாம். ஆனால் இக்கதை முன்வைக்கும் தத்துவார்த்த நிலைப்பாடு என்பது பகவத் கீதையின் சாரமான,

'எது இன்று உன்னுடையதோ,

அது நாளை மற்றொருவருடையதாகிறது.

மற்றொருநாள் அது வேறொருவருடையதாகும்'

என்பதுதான். இப்படியொரு கதையை வெறும் 32 ஆவது வயதில் அசோகன் சருவிலால் எப்படி எழுத முடிந்தது என்கின்ற வியப்பு எனக்கு இன்றும் ஓயவில்லை.

தனது பதினைந்து வயது முதல் சிறுகதைகள் எழுதுபவர் அசோகன் சருவில். 1986இல் 29 ஆவது வயதில் வந்த சூர்யகாந்திகளுடெ நகரம் எனும் தொகுப்புவழியாக பிரபலமடைய ஆரம்பித்தார். அவ்வகையில் முப்பத்தியோரு ஆண்டுகளாக பிரபலமாக இருக்கும் முக்கியமான ஒரு மலையாள எழுத்தாளரின் கதைகள் இப்போதுதான் தமிழில் வருகிறது என்பது துரதிர்ஷ்டவசமானது. இரண்டு புத்தகங்கள் எனும் இத்தொகுப்பு வழியாகத்தான் அசோகன் சருவில் தமிழுக்கு அறிமுகமாகிறார்! அசோகன் சருவிலின் நெடுநாள் வாசகன் என்கின்ற முறையில் நான் சுகானாவிற்கும் வம்சி பதிப்பகத்திற்கும் இங்கு நன்றி சொல்லிக் கொள்கிறேன்.

இத்தொகுப்பில் 12 க்தைகள் இடம்பெற்றுள்ளன. புத்தகத்தின் தலைப்பான 'இரண்டு புத்தகங்கள்' என்பது ஒரு கதையின் தலைப்பு தான். மறுநாள் திருடத் திட்டமிட்டிருக்கும் வீட்டிற்கு அந்தத் திருடன் நல்லவனின் வேடத்தில் செல்கிறான். அவ்வீட்டின் சூழலைப் புரிந்துகொள்வதே அவனது நோக்கம். அங்கு வசிக்கும் கிழவனும் கிழவியும் பண்டைய ஏதோ ஒரு காலத்தில் கணவன் மனைவியாகயிருந்தவர்கள். ஒரு விடாப்பிடி கம்யூனிஸ்டான கிழவன் தனது கம்யூனிஸ்ட் மேனிஃபெஸ்டோ புத்தகத்தைத் திருடனுக்குப் பரிசளிக்கிறார். அக்கிழவியோ ஒரு விடாப்பிடி கிருஸ்துவர். அவர் திருடனுக்கு வேதபுஸ்தகத்தைக் கொடுக்கிறார். தனக்கு என்னவென்றே இனம்புரியாத அவ்விரண்டு புத்தகங்களையும் திருடன் தன் காதலிக்குக் பரிசளிக்கிறான். அவளோ ''நாளைக்கு ராத்திரி நீ அதுங்கள கொன்னுடுவல்ல?'' என்று மட்டும் அவனிடம் கேட்கிறாள். சமூகப் பார்வையும் நுண்ணிய அரசியலும் தத்துவார்த்தச் சிந்தனையும் ஒருங்கே இணைந்த கதை இது.

உண்மையுள்ள மனிதன் மதிப்பிழந்து தவிக்கும் சமகாலச் சமூகத்தில், பொய்யின் ஆடை ஒப்பனைகள் அணிந்துவரும் மனிதக் கடவுளர்கள் எல்லாவற்றையும் தட்டிச் செல்லும் அவலத்தைப் பேசும் கதை ஒரு இரவுக்கு ஒரு பகல். சாதாரண மனிதர்களின் மிகச் சாதாரணமான வாழ்க்கை அனுபவங்களை அவற்றின் முழுவலிமையுடனும் பலவீனங்களுடனும் உள்வாங்கி அசாதாரணமான கதைகளாக மீட்டுருவாக்கம் செய்வதில் அசோகன் சருவிலுக்கு இருக்கும் மேதமையை வெளிப்படுத்தும் கதை 'குஞ்ஞும்மா'. பெண்மை எனும் பெரும் துயரத்தை ஓர் ஏழைப் பெண்ணின் வாழ்க்கை வரலாறாக, மிகக்குறைந்த வார்த்தைகளில் எழுதிச்செல்லும் இந்த அரைப் பக்கக் கதை, நமது இதயத்தை நொறுங்கவைக்கக் கூடியது.

அசோகன் சருவிலின் பெரும்பாலான கதைகளைப்பற்றி என்னால் இப்படி பேசிக்கொண்டே போக முடியும். அவரது அனைத்துக் கதைகளுமே மிக எளிமையான மொழிநடையில் எழுதப்பட்டவை. ஆனால் சிறுகதை வடிவத்தின் தேய்வழக்குகளை முற்றிலுமாகத் தவிர்ப்பவை. நம் ஆழ்மனதிற்குள் நேரடியாகச் செல்லும் வல்லமை கொண்டவை. பல தளங்களில் நம்மை ஆட்கொள்பவை. அன்றாட

வாழ்க்கையில் நாம் சந்திக்கும் மனிதர்களே அவற்றின் மையப் பாத்திரங்கள். கைவிடப்பட்ட, தள்ளப்பட்ட, தாழ்த்தப்பட்ட தனிமனிதர்களின் துயரங்களையும் மகிழ்ச்சிகளையும் தொடர்ந்து பேசும் அக்கதைகள், அனுதினம் மாறிக்கொண்டிருக்கும் நமது சமூகத்தின் மதிப்பீடுகளை கவனமாகப் பார்த்துக் கொண்டேயிருப்பவை. அலாதியான அன்பிலிருந்தும் ஆழமான மனித நேயத்திலிருந்தும் உயிர்கொண்ட கதைகள்.

கடந்தோடிக் கொண்டேயிருக்கிறது காலம். வெற்றிபெற்றவன் என்று ஊராருக்குக் காட்ட பல இளைஞர்களுக்கு, பொருட்களைக் கடனாகத் தந்த புஷ்கரிணி கிரானா உறிமையாளர் பாண்டு சில வருடங்களுக்கு முன்பு தற்கொலை செய்துகொண்டார். நாதியற்றவர்களுக்கு உதவ முன்வரும் கனிந்த உள்ளம்கொண்ட மனிதர்களின் வாழ்க்கை பலசமயம் இப்படித்தான் முடிகிறது என்று அசோகன் சருவிலின் கதைகளில் வாசித்தறிந்திருக்கிறேன். அவரது கதைகளில் பரவிக்கிடக்கும் எல்லையற்ற வெளிச்சத்தையும் நான் கண்டிருக்கிறேன்.

அசோகன் சருவிலை ஒருமுறையாவது நேரில் சந்திக்கவேண்டும் என்பது எனது நெடுநாள் கனவாக இருந்தது. ஆனால் அதற்கான தகுதி எதுவும் எனக்கில்லை என்கின்ற மனத்தடையால் இரண்டு பதிற்றாண்டுகளுக்குமேல் நான் அவரைச் சந்திக்க முயலவில்லை. சில ஆண்டுகளுக்கு முன்புதான் அவரது இல்லத்திற்குச் சென்று அவரைச் சந்தித்தேன். இன்று அசோகேட்டன் (அசோகன் அண்ணன்) என்றுதான் நான் அவரை அழைக்கிறேன். அவர் எனக்கு அண்ணனே தான். மூத்தவர்கள் இல்லாமல் பிறந்து, கடுமையானதோர் இளமைக்காலத்தைக் கழிக்க நேர்ந்த எனது வாழ்க்கையின் துயரம்மிக்க நாட்களில், தனது கதைகள் வழியாக என்னை வழிநடத்தியவர் அவர். அசோகேட்டனின் அதிசயக் கதைகள் இதோ தமிழில் முதன்முதலாக.

ஷாஜி

ஐதராபாத்

22.01.2017

துளிர் விடுவதைப் போல...

எப்போதும்போல, நேற்றும் பருவகாலங்களை ஏமாற்றி, பூமியைச் சொட்டுச் சொட்டாய் நனைத்த மழையில் எங்கள் வீட்டுச் செடிகளும் துளிர்விட்டிருக்கின்றன. இந்த நேரத்தில் ஏனோ இப்படித் தோன்றுகிறது. மனிதன் ஒவ்வொருமுறை இலக்கியத்தை உணரும்போதும் பிரபஞ்சம் தன்னை துளிர்விட்டுக் கொள்வதாக... மழை நின்று துளிர்விடும் செடி நமக்குத் தரும் நம்பிக்கையை, புத்துணர்ச்சியை நாம் வாசிக்கும் இலக்கியம் தவிர வேறெதுவும் தந்துவிடாது. நல்ல இலக்கியங்களை அணுகும்போது அவை நமக்கு அகன்ற பார்வையையும் வாழ்வின் மீதான பிடிமானத்தையுமே தருகின்றன.

இந்தப் புத்தகத்தை மொழிபெயர்க்கும் நாட்களில் தான் என்னுடைய வாசிப்புவெளி மிகச் சுருங்கியது என்பதை உணர்ந்தேன். ஆனால் பத்து வயதிலிருந்தே பெரும்பாலான சோவியத் இலக்கியங்களையும் நவீன இலக்கியங்களையும் போகிறபோக்கில் படித்துவிட்டு, அதை வெளிக்காட்டிக் கொள்ளாத என் தம்பி ஹரியை நினைவில் கொண்டு, கிடைத்திருக்கும் ஓய்வு நாட்களை முழுக்க முழுக்க வாசித்தே தீர்க்க வேண்டுமென்றிருக்கிறேன். தரமான இரண்டுவரிக் கவிதையையோ, ஒரேயோரு சிறுகதையையோகூட தன் வாழ்நாளில் வாசித்திராத நண்பர்கள் எனக்கு வாய்த்தது என் துரதிர்ஷ்டமே... இவர்களுக்காகவும் சேர்த்து நாம் வாசிப்போம். பூமி துளிர் விடட்டும்...

பல்வேறு காரணங்களால் மிகத் தாமதமான போதும் என்னை மொழிபெயர்க்க அனுமதித்த எழுத்தாளர் அசோகன் சருவிலுக்கு நன்றி. கதைத் தேர்விலிருந்தே அக்கறையோடு உதவி, முன்னுரை தந்த எழுத்தாளர் ஷாஜிக்கு நன்றி.

எந்தச் சூழலிலும் ஒருபோதும் சலிக்காமல் என் பக்கம் நின்று, என்னைத் தன் தோளிலேற்றி ஊக்குவித்த அம்மாவிற்கும் அப்பாவிற்கும் அன்பான புன்னகையைத் தவிர வேறென்ன தர?

சித்தி என்ற இடத்தையும் தாண்டி, ஒரு பதிப்பாளராக பலமுறை கேட்டும் நான் படைப்பைத் தர தாமதித்தபோது, இப்புத்தகத்தை இத்தனை அழகாக கொண்டு வர பொறுமை காத்த என் ஷைலம்மாவிற்கும், பவா சித்தப்பாவிற்கும் என் ப்ரியங்கள்.

புத்தக வடிவமைப்பிலும் அச்சாக்கத்திலும் உதவிய மோகனா, சிந்துபாரதி, கணேஷ்பாபு ஆகியோருக்கும் நன்றி.

சுகானா

உள்ளே...

1. இரண்டு புத்தகங்கள் 13
2. ஓர் இரவுக்கு ஒரு பகல் 23
3. குஞ்ஞும்மா 33
4. டிஜிட்டல் ஸ்டுடியோ 35
5. துவாரகா டாக்கீஸ் 49
6. புதூர்க்கரை 63
7. பூங்குன்றம் 70
8. லட்சுமியின் கைகள் 79
9. இரண்டாம் குஞ்ஞுவறீது 90
10. ஆத்மாக்களின் ரயில்பெட்டி 99
11. பாளைத் தண்ணீர் 114
12. நாடக வீடு 125

இரண்டு புத்தகங்கள்

மறுநாள் இரவு தான் கொள்ளையிடத் திட்டமிட்டிருந்த வீட்டை வெறுமனே பார்வையிட அவன் சென்றிருந்தான். வயதான ஒரு அம்மாச்சியும் தாத்தாவும் மட்டுமே அந்த வீட்டிலிருந்தனர். காலிங் பெல்லடித்த பிறகும் இரண்டு நிமிடம் காத்திருக்க வேண்டியிருந்தது. சாப்பாட்டிற்குப் பிறகான மதிய உறக்கத்திலிருந்தனர் இருவரும்.

அம்மாச்சிதான் முதலில் எழுந்து, மிகப் பொறுமையாக வந்து, கதவைத் திறந்தாள். பூத்துபோன கண்களை மேலும் சுருக்கி அவனை உற்று நோக்கினாள். அவளுக்கு அவனை யாரெனப் புரியவில்லை.

''அம்மாச்சி... என்னைத் தெரியுதா?'' உள்ளே நுழைந்து இருக்கையிலமர்ந்தான். இயல்பாக மேஜை மேலிருந்த பத்திரிகையை எடுத்து வெறுமனே புரட்டிக் கொண்டிருந்தான்.

அம்மாச்சிக்கு இன்னமும் அவனை அடையாளம் தெரியவில்லை. முட்டிமீது கைகளை ஊன்றி, குனிந்து நின்று அவனையே பார்த்துக் கொண்டிருந்தாள். தலை முழுக்க நரைத்து பஞ்சு போல ஆகிவிட்டிருந்தது. தூய்மையான இரண்டு முலைகளும் வயிற்றைத் தொடுவது அவளுடைய மேல்சட்டை வழியே தெளிவாகத் தெரிந்தது. கைகள் சுருங்கி, மிகவும் மெலிந்திருந்தன. தோடுகளின் எடையைப் பொறுக்கமுடியாமல் காதுகள்

வலிந்து பிதுங்கிக் கொண்டிருந்தன. ஒரு தோடு எப்படியும் ஒரு சவரனாவது தேறும்.

அம்மாச்சிக்குத் திடீரெனப் புரிந்துவிட்டது போல தன் சுருங்கிப்போன ஆள்காட்டி விரலை உயர்த்திச் சொன்னாள்.

''திருச்சபையிலிருந்து பாதிரியார் அனுப்பினாரா?''

''ம்'' கோணலாகச் சிரித்தான்.

சட்டென அம்மாச்சியின் முகம் வாடியது. கண்கள் நிறைந்தன. உதடுகள் துடிக்கத் துடிக்க கண்ணீர் வழிய ஆரம்பித்தது.

''நான் இப்பதான் நெனச்சுட்டே இருந்தேன். பாதிரியார் ஆளனுப்புவார்னு. நான் திருச்சபைக்குப் போயி மூணு வாரமாயிடுசிச்சு'' அவள் தன் மேல்சட்டையை இழுத்து மூக்கு சிந்தினாள்.

''என்னால ஒரு அடி கூட எடுத்து வெக்க முடியல. கொஞ்சமாச்சும் நடக்க முடிஞ்சா, நான் போய் வராம இருப்பேனா?''

''அதெல்லாம் பரவால்ல அம்மாச்சி... உங்களுக்கு வயசாயிடுச்சு, நடக்க முடியலன்னு, எல்லாரையும் விட அவருக்கு நல்லாவே தெரியும்...'' அவன் தேற்றினான்.

''ஒரு பாவமன்னிப்பு கூட கேக்க முடியலையே'' அம்மாச்சி மறுபடியும் தேம்பினாள்.

''நேத்து ராத்திரி லேசா கண்ண மூடினப்போ கடவுள் என் முன்னாடி வந்தாரு. என் கட்டில் மேல தோ... இப்டி உக்காந்துட்டிருந்தாரு. அப்றம், ''என்ன மரியம்மா... பணம் வந்ததும் பாவமன்னிப்பு, குர்பான, கும்பசாரம் எல்லாம் வேணாம்னு முடிவு பண்ணிட்டியா...?'ன்னு கேக்கறாரு. இங்க என்னடான்னா எழுந்து நிக்ககூட முடியல. வாதம் வேற உசுர வாங்குது. ரெண்டு நாள் முன்னால தான் எருமைக்கால் சூப்பு குடிச்சேன். ஒரு பிரயோஜனமும் இல்ல. எலும்புல கரகரன்னு வலிக்குது. இப்பல்லாம் கட்டில்லயே உட்காந்து தான் ஜெபம் பண்றேன். இனிமேலாவது என்னக்

கூட்டிட்டு போகக் கூடாதா..?'' இரண்டு கைகளையும் மேலே தூக்கி கண்மூடினாள்.

''போக வேண்டிய நேரம் வந்தா அவரே கூப்டுவாரு அம்மாச்சி. கவலப்படாதீங்க. அவருக்குத் தெரியாம ஒரு எலகூட அசையாது. கண்ணீர் விடுறவங்க பாக்கியவான்கள். அவங்களுக்கு என்னக்காவது ஒருநாள் நிம்மதி கெடக்கும்...''

அம்மாச்சி சோபாவில் அவனருகில் உட்கார்ந்தாள். வேட்டி நுனியால் கண்ணையும் மூக்கையும் நன்றாகத் துடைத்தாள். மெலிதாக ஏதோ ராகத்தில் முணுமுணுப்பதுபோலப் பாடினாள்.

''பரிசுத்த ஆத்மாவே...

நீ புறப்பட்டு வரணுமே

என் இதயத்தில்...''

உடனே அவன் சோபாவிலிருந்து இறங்கி, தரையில் முட்டிபோட்டு,

''பரலோகத்திலிருக்கிற எங்கள் பிதாவே...

உம்முடைய நாமம் பரிசுத்தப்படுவதாக

உம்முடைய ராஜ்யம் வருவதாக...'' என மனமுருக வேண்டினாள்.

ஜெபத்தின் சத்தத்தில் உள்ளே உறக்கத்திலிருந்த தாத்தாவும் எழுந்துவிட்டார்.

''யாரு...?''

அம்மாச்சி ''உஷ்'' என அனிச்சையாக வாய்மீது விரல் வைத்தாள். அவனிடம் அமைதியாக இருக்குமாறு சைகை காட்டினாள்.

''அவர்கிட்ட இதெல்லாம் சொல்லாத. அந்தாளு ஒரு மாதிரி. கடவுள் பயமே இல்லாதவன். தேவாலயத்துக்குப் போறதோ, பிரார்த்தனையோ ஒண்ணுகூடக் கெடயாது. செத்தாகூட தேவாலயத்துக்குள்ள வைக்கக் கூடாதுன்னு பாதிரியார்கிட்ட சொல்லணும். அப்படியே கெடந்து புழு

புடிக்கட்டும். அப்படியாவது கடவுள் பழி தீத்துக்கட்டும்'' மெதுவாக எழுந்து அங்கிருந்து நகர்ந்தாள்.

தூக்கத்திலிருந்து எழுந்து கைலியை அப்படியே சுருட்டிப் பிடித்தவாறு தாத்தா உள்ளேயிருந்து வந்தார். முகம் இரத்தம் சுண்டிப்போய் வெளிறியிருந்தது. தலையில் அங்கங்கு நரைமுடிகள். ஒவ்வொரு காலையும் மெதுவாகத்தான் வைக்கிறார். காலில் நீர் கோர்த்திருக்கிறது.

''யாரு..?''

அவர் அவனை நினைவில் கொண்டுவர முயன்றார். அவன் சிரித்துக் கொண்டே பவ்யமாக எழுந்தான். அவருடைய உதடுகளும் லேசாக விரிந்தன.

''உக்காரு... உக்காரு...''

சட்டென ஏதோ ஞாபகம் வந்ததுபோல ஆர்ப்பரித்துச் சிரித்தார். உடலும் வயிறும் ஒருமுறை குலுங்கியது.

''மைதின்குஞ்சு அனுப்பியிருப்பான் இல்லையா? கட்சி செயலாளர் மைதின்குஞ்சு''

''ஆமா...''

''அவன்கிட்ட சொல்லு. நான் இங்கதான் இருக்கேன். இன்னும் சாகல. செவப்புக்கொடியும், மலர்வளையமும் தூக்கிட்டு வர்றதுக்கு இன்னும் கொஞ்ச நாள் இருக்கு'' தாத்தா மறுபடியும் சிரித்தார்.

''நான் இப்போல்லாம் கட்சிக் கூட்டத்துக்கு வரது இல்லைன்னு ஒரே புகாரா வாசிக்கிறாங்களா..? என்னைப்பத்தி அந்த மீசமாதவன் என்ன சொல்றான்...? குலத்துரோகி... பூர்ஷ்வான்னு சொல்லுவான்''

அவன் சிரித்துகொண்டே அவரை சமாதானப்படுத்தினான்.

''அப்டில்லாம் இல்ல. உங்களால இப்ப நடக்க முடியலன்னு எல்லாருக்கும் தெரியும். உங்களோட அந்தகாலச் சேவைகளே கட்சிக்குப் பெரிய சொத்து...''

தாத்தா அவனைத் துச்சமாகப் பார்த்தார்.

''அந்தகாலச் சேவைகள்... அதெல்லாம் பேசி என்ன பிரயோஜனம்? அத வச்சு கட்சிய முன்னுக்குக் கொண்டுவர முடியுமா..? முன்னுக்கு வரணும்னா இப்ப வேல செய்யணும். ஓரடி அசைய முடிஞ்சாக்கூட நான் அந்த இடுக்கான படியேறி அங்க வரமாட்டேனா...?''

''ம்... அதெல்லாருக்கும் தெரியும்''

''வேண்டாம்பா... வேணாம். யாரோட அனுதாபமும் எனக்கு வேணாம். அனுதாபத்தால கட்சி முன்னேறாதுன்னு ஒரு தடவ கங்காதரன் என்கிட்ட சொல்லிருக்கார். எந்த கங்காதரன்னு நெனக்கிறே...? பி.கங்காதரன். அப்றம் அவரு கட்சி மாறி போயிட்டாரு. அதான் சொல்றேனே... கட்சிக்கு முன்னால யாருமே பெருசில்ல''

தாத்தா காலை மேஜைமீது ஏற்றி வைத்தார். நீர் கோர்த்து சில இடங்களில் பழுக்க ஆரம்பித்திருந்தது. கால் முழுக்க திட்டுத்திட்டாக கறுமை படர்த்திருந்தது. அசைக்கும் போதெல்லாம் வலிப்பதை அவர் முகம் உணர்த்தியது.

''பரியாரம் கேசுல என்ன மடக்கிப் புடிச்சு லாக்கப்புல வச்சிருந்தப்போ மூணு தடவ மயக்கம் போட்டு விழுந்துட்டேன். நல்லா அடிச்சு முடிச்சதும் மயக்கம் தெளிய மொகத்துல தண்ணி ஊத்துவாங்க. மறுபடியும் அடிப்பானுங்க. அப்பகூட நான் அழல. ஆனா நேத்து அழுதுட்டேன்'' ஒரு நிமிடம் நிறுத்தி, அவன் முகம் பார்த்துக் கேட்டார்.

''நீ வாலிபர் சங்கத்துலயா இருக்கே...?''

''ஆமா...''

''உன் வெள்ளச்சட்ட கொஞ்சம் கூட கசங்கவே இல்லியேடா''

அவன் லேசாக பம்மினான்.

''எனக்கு என்னன்ன நோய்லாம் இருக்குன்னு எனக்கே தெரியல. டாக்டருங்க ஒவ்வொரு நாளும் ஒவ்வொண்ணா சொல்வாங்க. என்

பிரச்சனையே என்னால நடக்க முடியலையேங்கறது தான். ஒரு அடி எடுத்து வெக்கிறதுக்குள்ள உயிர் போவுது. அதனால எந்தக் கூட்டத்துக்கும் வரல. ஊர்வலத்துக்கும் வரமுடியல'' சிறிய மௌனத்துக்குப் பிறகு,

''ஆனா முந்தாநேத்து வரைக்கும் பலராமன், இ.எம்.எஸ். எழுதினதெல்லாம் வாசிச்சுட்டுதான் இருந்தேன். நேத்து காலையில டீ குடிச்சுட்டு நம்ப கட்சிப் பத்திரிகையை எடுத்துப் பாத்தேன். கண்ணு பூத்து போயிருச்சு. கண்ணையும் கண்ணாடியையும் தொடச்சுட்டு மறுபடியும் பாத்தேன். ஒரு எழுத்துகூடத் தெரியல. அப்பதான் அழுதேன்''

தாத்தா பேசுவதை நிறுத்தி, தன் முகத்தைக் கைகளால் மறைக்க முயன்றார். கண்ணீர் வழிந்தது. கட்டுப்படுத்த முடியாமல் அவர் தேம்பித்தேம்பி அழுதார்.

''என்ன தாத்தா நீங்க... சின்னக் கொழந்த மாதிரி'' அவன் எழுந்து தோளில் கைவைத்து ஆறுதல்படுத்தினான். அதற்குப் பிறகு அவர் எதுவும் பேசவில்லை. கண்கள் மூடி எதையோ நினைத்துக் கொண்டிருந்தார்.

''தம்பி... இங்க வாப்பா...'' உள்ளிருந்து அம்மாச்சியின் குரல் கேட்டது.

சாப்பாட்டு மேஜையில் பிளாஸ்க்கிலிருந்து ஒரு கப் டீயை ஊற்றிவைத்து அம்மாச்சி அவனுக்காகக் காத்திருந்தாள். தட்டில் அச்சு முறுக்கும், தேன் குழலும் எடுத்து வைத்தாள்.

''இத சாப்பிடு. அந்தக் கெழவன்கிட்ட என்ன பேச்சு? யாரு வந்தாலும் தொண்டயத் தொறந்துடுவான். வெக்கம், மானம் இல்லாத மனுஷன்''

அவன் டீ குடித்தான். அச்சு முறுக்கு மொறுமொறுவென சுவையாக இருந்தது. தேன் குழலில் எள் சேர்த்திருந்தார்கள். இதெல்லாம் அவன் சிறுவயதில்தான் சாப்பிட்டிருக்கிறான். ஆசையாக எடுத்துத் தின்றான்.

''இப்போல்லாம் காலைல மட்டுந்தான் சமையல். விடிய காலைல ஒரு பொண்ணு வருவா. பெருக்கி, பாத்திரம் கழுவி, சமைச்சு, டீ வச்சுட்டுப் போயிடுவா. அப்றம் நானும் இந்தாளும் மட்டும்தான். வேளாவேளைக்கி

எதையாவது சாப்ட்டு படுத்திருவோம். சாவற நேரத்துல பாலூத்தக் கூட ஒரு மனுஷன் கெடயாது''

டீ குடித்துவிட்டு அவன் எழுந்தான்.

''ஏம்பா... போதுமா? பசிக்கலயா...?''

''போதும் அம்மாச்சி...''

அம்மாச்சி சுற்று முற்றும் பார்த்துவிட்டு மேல்சட்டையினுள் ஒளித்து வைத்திருந்த புத்தகத்தை வெளியே எடுத்தாள்.

''நீ இத ஃபாதர்கிட்ட குடுத்துரு. இனிமே என்னால இதவச்சு ஒண்ணும் பண்ண முடியாது. இங்கயிருந்தா அந்தாளு எடைக்குப் போட்ருவாரு. என் சார்பா தேவாலயத்துலயே இருக்கட்டும்''

புத்தகத்தை வாங்கிக்கொண்டு வரவேற்பறைக்கு நகர்ந்தான்.

''சட்டக்குள்ள ஒளிச்சு வை. அந்தாளுக்குத் தெரிஞ்சுடும். அப்றம் தேவையில்லாம ஏதாவது கத்தும். சீக்கிரம்...''

வரவேற்பறையில் தாத்தா கண்ணாடியைக் கண்ணோடு சேர்த்துப் பிடித்து எதையோ வாசிக்க முயன்று கொண்டிருந்தார். அரைவட்டம் போல வளைந்து உட்கார்ந்திருந்தார். அவன் அருகில் சென்றவுடன் தன் முயற்சியிலிருந்து பின் வாங்கினார்.

''அவகூட உனக்கென்ன பேச்சு? எந்த நேரமும் அழுது வடிஞ்சுகிட்டே இருப்பா. வளஞ்சு நடக்கிறதப் பாத்தியா? அவ மண்டையில களிமண்ணுதான் இருக்கு. ஒண்டிக்கழுத''

அவன் சிரித்துக் கொண்டே நின்றான். தன் கையிலிருந்த புத்தகத்தை தாத்தா அவனிடம் நீட்டினார்.

''பிரபாகரன் நாயரு 30 வருஷத்துக்கு முன்னாடி என்கிட்ட குடுத்தாரு. தெனமும் படுக்கறதுக்கு முன்ன ரெண்டு பக்கமாச்சும் வாசிப்பேன். இனிமே இத வச்சு என்ன பண்றது..? நீ மைதின்குஞ்சுகிட்ட குடுத்துரு. யாராவது படிக்கட்டும்'' அவன் அதையும் வாங்கிக் கொண்டான்.

ஒரு ஆட்டோவில் நகரத்திற்குத் திரும்பினான். நகர எல்லையிலுள்ள பாரில் நுழைந்தான். சுமை தூக்குபவர்களும், கூலித் தொழிலாளிகளும் மட்டுமே குடிக்கும் இடம் அது. மேஜைமீது பிளாஸ்டிக் டம்ளர்களும் கடித்துப் போட்ட எலும்புத் துண்டுகளும் சிதறிக் கிடந்தன. தரையில் யார்யாரோ வாந்தியெடுத்திருந்தனர். ஆட்களைச் சுற்றி ஈக்கள் மொய்த்துக் கொண்டிருந்தன.

இருட்டும்வரை அங்கேயே குடித்தான். குடித்துக் குடித்து சோர்ந்து, வேர்த்துவிட்டிருந்தது. கடைசிச்சொட்டு மதுவையும் குடித்தபிறகு பெருமூச்சு விட்டான்.

''கடவுளே...''

நகரத்தின் நட்சத்திர விடுதி ஒன்றில் தங்கியிருந்தான். விளக்குகளால் அலங்கரிக்கப்பட்டு விசாலமாக இருந்தது அவனுடைய அறை. லேசான குளிரும், வாசனையும் பரவிக் கிடந்தன.

அன்றிரவு அவனோடு படுக்க வந்திருந்த பெண் அங்கே ஒரு மூலையில் நின்று கொண்டிருந்தாள். சேலையை அவிழ்த்து ஒழுங்காக மடித்து கட்டிலின் மூலையில் வைத்தாள்.

அவன் அவளையே பார்த்துக் கொண்டிருந்தான். மெலிந்து வதங்கியிருந்தாள். அடிக்கடி இருமினாள். ஜாக்கெட்டிற்கு மேல் தோளெலும்புகள் விகாரமாகப் புடைத்திருந்தன ரோஸ்கலர் பாவாடைக்குள் வெறும் இடுப்பெலும்புகள் மட்டும். ''இவளா பழைய கிங் சர்க்கஸில் வரும் ராணி..?' அவன் மனது கேட்டுக் கொண்டது.

''என்ன இப்டிப் பாக்கற? என் கோலத்த தானே. அப்றம் ஏன் இன்னமும் இந்த மாதிரி எடத்துக்கு என்னக் கூட்டிட்டு வரீங்க? சிட்டீல புதுசா எவ்ளோ பொண்ணுங்க இருக்குதுங்க. பழைய காபரேக்காரிங்க எல்லாரும் ஒண்ணாதான் தங்கியிருக்காங்க. அவங்கள்ல யாரையாவது கூப்ட வேண்டியது தானே...?''

அவன் சிரித்தான். அவள் கட்டிலில் அவனுக்கு நெருக்கமாக உட்கார்ந்து அவனுடைய தோளில் தன் முகம் பதித்தாள்.

''இப்பல்லாம் நானும் ரெடியாயி ராப்பகலா நடந்துகிட்டேதான் இருக்கேன். ஒருத்தன்கூட திரும்பிப் பாக்க மாட்டேங்கறான். நடந்து நடந்து பசியில எங்கயாவது விழுந்து கெடப்பேன். விடியகாலைல எவனாவது வந்து கூப்டுவான். ஏதாவது பொந்துக்கோ, இருட்டுக்கோ கூட்டிட்டுப் போவானுங்க''

அவன் அவளைச் சேர்த்தணைத்தான். எலும்புகள் புடைத்து நிற்கும் முதுகை வருடினான்.

''நீ ஏன் இங்கக் கஷ்டப்படறே? நான்தான் உனக்கு ஒரு வீடு வாங்கித்தரேன்னு சொல்றேன்ல?''

''என்ன யாரும் காப்பாத்த வேணாம். நான் இப்டியே நடந்து நடந்து ஒருநாள் எங்கயாவது விழுந்து செத்துடுவேன். அதுதான் நிம்மதி'' தேம்பி அழுதாள்.

முகத்தைத் துடைத்துக்கொண்டு அவனை இறுக அணைத்து, அவன் காதைத் தன் நாக்கால் தடவினாள்.

''எனக்கு மல்லிப்பூ வாங்கிட்டு வரலியா...?''

அவன் எழுந்து மேஜைமீது வைத்திருந்த இரண்டு புத்தகங்களை எடுத்து நீட்டினான்.

ஒன்று பைண்டிங் செய்யப்பட்டு மிகவும் நைந்து போயிருந்தது. அட்டையில் 'பரிசுத்த வேதாகமம், புதிய ஏற்பாடு' என அச்சிடப்பட்டிருந்தது. மற்றொன்று நியூஸ் பிரிண்ட்டில் வெளிவந்த சின்னப் புத்தகம். ஸ்டாபிளர்கள் துருப்பிடித்திருந்தன. 'மார்க்ஸ், ஏங்கல்ஸ் கம்யூனிஸ்ட் மேனிபெஸ்டோ'

''இந்தா... இத நீயே வெச்சுக்கோ''

அவள் சத்தமாகச் சிரித்தாள்.

"நான் என்ன ஏதாவது பரீட்சைக்காப் படிக்கிறேன்?"

அவன் அன்று பகல் நடந்ததையெல்லாம் தெளிவாகச் சொன்னான். அவள் கண்கள் நிறைந்து வழிந்தன.

"நாளைக்கு ராத்திரி அதுங்கள கொன்னுடுவல்ல...?"

அவனிடம் பதிலேதும் இல்லை. விளக்கை அணைத்துவிட்டு வந்து படுத்தான். அவளின் கண்ணீர் அவனுடைய மார்பில் பட்டுத் தெறித்தன.

ஓர் இரவுக்கு ஒரு பகல்

ஆசிரமத்தில் செய்த ஒரு வார தியானத்திற்குப் பின் சின்னம்மாவின் வேண்டுதல்கள் ஒவ்வொன்றாக நிறைவேறத் தொடங்கின. பைத்தியம் பிடித்துத் தெருவில் அலைந்து கொண்டிருந்த கணவர் இப்போதெல்லாம் வீட்டில் தங்குகிறார். சின்னம்மாவிற்குக் கோழிப் பண்ணையில் வேலை கிடைத்தது. இதோ... பதினைந்து வருடங்களாக எந்தத் தகவலும், கடிதமும் இல்லாதிருந்த மகன் லாசர் வீடு திரும்பிவிட்டான்.

பனிமூடிய ஒரு அதிகாலையில்தான் லாசர் வந்திருந்தான். சின்னம்மா அப்போதும் தூக்கம் வராமல் புரண்டு கொண்டிருந்தாள். அன்று தன் வாழ்வில் பெரிதாக ஏதோ நடக்கப்போவதாக அவளுக்குத் தோன்றியது. தாங்க முடியாத அளவுக்குத் துக்கமோ சந்தோஷமோ தரக்கூடிய ஒன்று அது. முன்னிரவு பின்னிட்ட பிறகும் அவள் தூக்கம் வராமல் கண்களைச் சும்மா மூடுவதற்குக் கூட பயந்து அப்படியே படுத்திருந்தாள்.

நடு நிசியில் சின்னம்மா பாயில் எழுந்து உட்கார்ந்து கழுத்தில் போட்டிருந்த சிலுவையைப் பிடித்து நீண்டநேரம் வேண்டினாள். பின் எழுந்து சென்று ஜன்னல் வழியே தெருவைப் பார்த்தாள். ஒன்றும் புலப்படாத அளவுக்குக் கும்மிருட்டாக இருந்தது. இரவின் ஏராளமான ஓசைகள் அவளுக்குக் கேட்டன. அருகே சில்வண்டுகளின் ராகமும்,

தூரத்திலெங்கோ நாய் குரைக்கும் சத்தமும். யாராவது அழுகிறார்களா என்ன?

மகள் மேரிக்குட்டி பக்கத்தில் படுத்திருக்கிறாள். குளிருக்கு உடல் முழுக்கப் போர்த்திக்கொண்டு படுத்திருக்கிறாள். ஆனால் சின்னம்மாவிற்குத் துளியும் குளிரவில்லை. நேரம் செல்லச் செல்ல உடலின் உள்ளே எங்கேயோ அனல் கொதித்துக் கொண்டிருந்ததை உணர முடிந்தது.

கணவர் லோனாவையும் அந்த நவம்பர் மாத இரவின் கடுங்குளிர் சீண்டியிருக்கவில்லை. பகலில் சின்னம்மா கட்டிவிட்டிருந்த கைலியோடு அவர் கட்டிலில் கைகால் நீட்டி நிமிர்ந்து படுத்திருந்தார். அவருக்குத் தூக்கமோ, விழிப்போ இல்லை. பகல் இரவு என்றில்லை. எல்லா நேரமும் கண்கள் திறந்தபடியே இருக்கும். சின்னம்மா தாங்கிப்பிடித்தால் எழுந்து கொள்வார். ஊட்டிவிட்டால் கஞ்சி குடிப்பார். படுக்கவைத்தால் படுத்துக் கொள்வார்.

மனச்சிதைவு ஏற்படத் தொடங்கியிருந்த காலத்தில் அவர் சின்னம்மாவை அநியாயத்திற்கு சித்தரவதை செய்திருந்தார். அந்த முதல் நாள் அவளுக்கு இன்றும் நினைவிருக்கிறது. லாசரும் மேரிக்குட்டியும் அன்று சின்னக் குழந்தைகள். பின்னிரவில் எப்போதோ விழித்துப் பார்த்தபோது லோனா கட்டிலில் எழுந்து உட்கார்ந்திருந்தார்.

''தூங்கலயா?''

அவிழ்ந்த தலைமுடியை கொண்டை போட்டபடியே சின்னம்மா கேட்டாள். தான் நிர்வாணப் படுத்தப்பட்டிருப்பதை உணர்ந்த அக்கணம் அவள் தன் உடைகளை தேடியெடுத்து அணிந்து கொண்டாள்.

''குலடே...''

லோனா அக்ரோஷமாகக் கத்தினார். அந்த வார்த்தையின் பொருள் புரியாமல் சின்னம்மா மிரட்சியுடன் அவரைப் பார்த்தாள். அதற்குள் லோனா அவளுடைய கழுத்தைப் பிடித்து நெரித்தார். தன் ஒட்டுமொத்த பலத்தையும் பிரயோகித்து அன்று அவள் எப்படியோ தப்பித்தாள்.

அதன்பின் வாய்ப்புக் கிடைக்கும் போதெல்லாம் அவளைக் கொடுமைப்படுத்தினார். அதைத் தாங்கிக்கொள்ள மனதிலும் உடலிலும் வலுவற்ற ஒரு நாளில் சின்னம்மா குழந்தைகளுடன் தன் தாய் வீட்டிற்குப் போய்விட்டாள்.

அவள் திரும்பி வந்தபோது லோனா தெருவில் திரிய ஆரம்பித்து விட்டிருந்தார். யாரோ இடுப்பில் இறுகக்கட்டி விட்டிருந்த சாக்குப்பை மட்டுமே அவருடைய உடையாயிருந்தது.

அந்த நாட்களில் கூட எப்போதாவது அவர் சொந்த வீட்டிற்கு வருவார். வீட்டை உற்றுப் பார்த்தபடியே வாசலில் நிற்கும் அவரை எங்கேயாவது மறைந்து நின்று சின்னம்மா பார்ப்பாள். தரையில் தொடர்ந்து விழுந்ததாலும், தெருவில் விளையாடும் குழந்தைகள் கற்களால் அடித்ததாலும் அவர் உடல் எப்போதும் ரணபட்டிருக்கும். ஆறாத ரணம் அது. வெகுநேரம் வீட்டையே பார்த்திருந்துவிட்டு ஏதோ வெறுப்புடன் காறித்துப்பிவிட்டு படியிறங்கிவிடுவார்.

அதுபோன்ற ஒரு நாளில் லோனா வாசலில் வந்து நின்றபோது லாசர் படியில் உட்கார்ந்து படித்துக்கொண்டிருந்தான். எங்கேயோ சேற்றில் புரண்ட உடலில் அன்று உடையேதும் இல்லை. அடக்க முடியாத ஆத்திரத்தோடு வாசலுக்கு இறங்கிச்சென்று அவருடைய கழுத்தைப் பிடித்துப் பின்னால் தள்ளினான். காதிலேயே அறைந்து உடலில் எட்டி உதைத்தான். நிலைதடுமாறி அவர் கீழே விழ, விழுந்த இடத்திலேயே போட்டு மீண்டும் மீண்டும் ஆவேசமாய் உதைத்தான்.

‘‘சவமே...’’ லாசர் முணுமுணுத்தான்.

மனம் நொந்து அன்று சின்னம்மா லாசரைச் சபித்தாள்.

‘‘படுபாவி... நீ நாசமா போயிடுவடா...’’

லாசர் ஒரு நிமடம் சின்னம்மாவை வெறித்துப்பார்த்தான். அப்பார்வையிலிருந்த வெறுப்புடன் யாரிடமும் சொல்லாமல் ஊரை விட்டுப் போய்விட்டான். அதன்பின் அவனைப்பற்றிய ஒரு தகவலும் கிடைக்காமல் சின்னம்மா அங்குமிங்கும் அலைந்தாள். அன்றிலிருந்து

அவளுடைய வேண்டுதல்கள் தொடங்கின. கோவில்கள், ஆலயங்கள் என வழிபாடுகளால் நீண்ட கொடிய பதினைந்து வருடங்கள் கழிந்தும் அவளின் எந்த வேண்டுதலும் நிறைவேறவில்லை.

கடவுளுக்குத் தெரியாமல் ஒரு இலைகூட உதிர்வதில்லையென ஆசிரமத்தில் ஃபாதர் சொல்லுவார். ஒரு வருடத்திற்கு முன், பிரபலமான ஆசிரமம் எனக் கேள்விப்பட்டு முதன்முதலாக சின்னம்மா அங்கே போயிருந்தாள். முழங்காலிட்டு பிரார்த்தித்துக் கொண்டிருந்த அவளருகில் சென்று அவளுடைய உச்சந்தலையில் ஃபாதர் கைவைத்தார். அக்கணம் அவள் தடுக்க முடியாத காட்டாறு போல தேம்பித் தேம்பி அழுது, மூர்ச்சையாகி சரிந்தாள். கூடியிருந்த ஆட்கள் அனைவரும் அவளைக் கவனித்தனர். அவர்களில் பலருக்கும் சின்னம்மாவை தெரிந்திருந்தது.

லோனா உடலில் துணி கூட இல்லாமல் ஒரு கேலிப்பொருளாகத் தெருவில் திரிகிறான். ஊரை விட்டுப்போன மகனைப்பற்றி இதுவரை எந்த தகலும் இல்லை. திருமணவயதைக் கடந்த மகள் சந்தையின் மூலையில் தையல் படிக்கச் சென்றுவருவதை தினமும் ஆட்கள் கவனிக்கிறார்கள். சின்னம்மா அதிகாலையில் தொடங்கி பொழுதுசாயும் வரை பலவீடுகளில் மாறிமாறி பாத்திரம் தேய்க்கிறாள். துணி துவைக்கிறாள். தரை துடைக்கிறாள்.

சின்னம்மா மெலிந்து எரிந்துபோன விறகைப் போலாகிவிட்டிருந்தாள். அவள் வெறுந்தரையில் சுயநினைவில்லாமல் படுத்திருந்தாள். கூடியிருந்தவர்களில் சிலர் முகத்தில் நீர் தெளித்து எழுப்பி, உட்கார வைத்தனர்.

''சின்னம்மா, எல்லாத்துக்கும் ஒரு நேரம் வரும். ஒரு ராத்திரிக்கு ஒரு பகலிருக்கு, ஒரு மழைக்காலத்துக்கு பின் வெயில் காலமிருக்கு. கவலப்படாதே. நீ இங்க ஒரு வாரம் தியானத்துல சேரு.''

எல்லா இலைகளும் உதிர்ந்துபோன மரத்தில் மெதுவாக துளிர்விடுவதைப் போல அவள் வேண்டுதல்கள் ஒவ்வொன்றாக நிறைவேற ஆரம்பித்தன.

''மீட்சிக் ஃபாமி''லிருந்து கோழியின் இறக்கைகளைப் பிடுங்கும்போது, ''இது ஒரு மறுஜென்மமாக'' அவளுக்குத் தோன்றியது. கோழி இரத்தம் தெறித்த, அவள் உடைகள் எப்போதும் சிவந்திருந்தன. அவள் உடலிலிருந்து கோழியின் மணம் வீசத் தொடங்கியிருந்தது.

''ப்பா... படாத கஷ்டப்பட்டுட்டா, பாவம். இனிமேலாச்சும் நல்லா இருக்கட்டும்'' ஊரில் பேசிக்கொண்டனர்.

கடைசியில் லாசரும் வீட்டிற்கே வந்துவிட்டான். சின்னம்மா தூக்கம் வராமல் மனமுருகி நின்ற பின்னிரவில் வாசலில் எஞ்சியிருந்த இருட்டிலிருந்து மெல்லிய சத்தம் கேட்டது. அது லாசர் தான். சின்னம்மா அக்குரலை மிகத்துல்லியமாக அடையாளம் கண்டு கொண்டாள். அவனின் தெளிவான குரல் முழக்கத்தில் அவள் புளாங்கிதம் அடைந்தாள். அடக்க முடியாத மகிழ்ச்சியோடு கதவைத்திறந்து வாசலுக்கு ஓடினாள். சத்தமிட்டு அவனை அழைத்தாள்.

''மகனே...''

லாசர் அவள் கண்ணில் படவேயில்லை. அவன் இருட்டில் எங்கேயோ மறைந்து நின்றிருந்தான்.

''மகனே... லாசர்... எங்கப்பா இருக்க?''

''நான் இங்கதாம்மா இருக்கேன்.''

''அப்றம் ஏன் என் முன்னாடி வரமாட்டேங்குற?''

''என் ஒடம்புல துணியே இல்லம்மா...''

சின்னம்மா ஒரு நிமிடம் வெறித்து நின்றாள். பின் வேகமாக உள்ளே சென்று பெட்டியிலிருந்த வேட்டியைக் கொண்டுவந்து இருட்டை நோக்கி நீட்டினாள். லாசரின் கைகள் நீண்டுவந்து அதைப் பெற்றுக் கொண்டன.

வேட்டி கட்டியபின் லாசர் வெளியே வந்தான். சின்னம்மா அவனைக் கட்டியணைத்தாள். கண்களில் நீர் வழிந்து கொண்டிருந்தது. அவனுடைய தலைமுடியை கைகளால் வருடினாள். தாடி வளர்ந்து மறைத்த முகத்தில் முத்தமிட்டாள்.

பார்த்த நொடியில் எவரும் மிரண்டுபோகுமளவிற்கு லாசர் மெலிந்திருந்தான். அவனுடைய முடியும் தாடியும் முக்கால்வாசி நரைத்து விட்டிருந்தது. அங்கங்கே நிறைய முடி கொட்டியிருந்தது. பற்கள் கரைந்து கறுத்துப் போயிருந்தன. நெற்றிக்குக் கீழே கண் குழிகளுக்குள்ளிருந்து ஒரு வெளிச்சம் மட்டும் எட்டிப்பார்த்தது. அவன் கையில் பெட்டியோ பையோ ஒன்றுமில்லை. சின்னம்மாவைத் தாங்கிப் பிடித்தபடியே அவன் உள்ளே வந்தான்.

"உன் துணி எங்க போச்சுப்பா?"

"நான் அதெல்லாம் தானம் பண்ணிட்டேன்."

சின்னம்மா சட்டென ஆவேசப்பட்டு, மறுநொடி தன்னை அமைதிப்படுத்திக் கொண்டாள்.

"இருப்பா அம்மா உனக்கு கொஞ்சம் காப்பி போட்டுத்தரேன்."

"வேண்டாம்மா... நான் சாப்பிடறதில்ல. ரொம்ப நாளா விரதத்துலயும் வேண்டுதலுலயும் இருக்கேன். எனக்கு ஒண்ணுமே வேணாம்."

"கொஞ்சம் சுடுதண்ணியாச்சும் ஆத்தித் தரட்டுமா? தொண்ட நனயட்டும்." சின்னம்மாவின் மனம் ஏங்கியது.

"வேண்டாம். எல்லாம் மாயைகள். சைத்தானின் மாயைகள் தண்ணி, மது, சாப்பாடு, உடை, அதையெல்லாம் பாத்தாலே எனக்கு கோவம் வரும். எனக்கு எதுவும் வேணாம்."

அவன் முகம் வெறுப்பில் இறுகுவதை அவள் பார்த்தாள். அவன் கண்கள் நெருப்பாய் எரிந்துகொண்டிருந்தன. சின்னம்மாவிற்கு மறுபடியும் அழுகை வந்தது. தொண்டையில் அடக்கிக் கொண்டு அவள் சொன்னாள்.

"என் தங்கமே, கொஞ்சநேரம் படுத்துக்கோடா"

"இல்ல நான் தூங்கி ஒரு வருஷமாச்சு. இங்க வந்து உக்காருங்கம்மா, நான் உங்கிட்ட கொஞ்சம் பேசணும்"

சின்னம்மா அவன் காலுக்குக் கீழே உட்கார்ந்தாள். அதற்குள் விடியத்தொடங்கியிருந்தது. எழுந்து வந்து பார்த்த மேரிக்குட்டி ஆச்சரியம் விலகாமல் அப்படியே நின்று கொண்டிருந்தாள்.

லாசர் பேசத்தொடங்கினான். அவன் கண்கள் நினைவுகளில் பின்னிட்டுச் செல்வதை அவளால் உணர முடிந்தது.

''வீட்டை விட்டு வெளியேறின பின் நான் திருடினேன். மொதல்ல சில்லறை சாமான்கள். அப்புறம் பல வீடுகளையும் பேங்குகளையும் சூறையாடினேன். அன்னிக்கு என்கூட நெறய பேரு இருந்தாங்க. வீடுகளக் கொள்ளையடிச்சா, சும்மா ஒரு த்ரில்லுக்கு அந்த வீட்டுக்காரனக் கொன்னுடுவோம். காரணம்லாம் ஒண்ணுமில்ல. அவன் மனைவியையும் பொண்ணுங்களையும் பலாத்காரம் பண்ணுவோம்.''

லாசர் பேசமுடியாமல் மூச்சுவாங்கினான். தன் மெலிந்த கைகளை அவனே வெறித்துப் பார்த்தான்.

''அப்புறம் திருட்டையும் கொள்ளையையும் ஒரே நாளில் நிறுத்தினேன். பொண்ணுங்களக் கூட்டிக் கொடுக்கவும் போதை மருந்து விக்கவும் ஆரம்பிச்சேன். உலகம் முழுக்க பறந்து திரிஞ்சேன். என்னோட ஏஜெண்டுகள்ல பலபேர் மந்திரிகளாகவும் அதிகாரிகளாகமிருந்தாங்க. பாம்பேயிலயும், மெட்ராசிலயும், டெல்லிலயும் நெறய வீடு வாங்கினேன். அங்கல்லாம் பல பொண்டாட்டிங்கள வெச்சுகிட்டேன். அம்மா, அன்று சொர்க்கம் என்பது என் சாவி முனையிலிருந்தது.''

அவன் மீண்டும் மூச்சிரைத்தான். அதிவேகமான இறைப்புக்கு, தன் உடலை ஒப்புக்கொடுத்துப் பொறுமையாகக் காத்திருந்தான்.

மேலும் தொடர்ந்தான்.

''ஒரு பாவத்திலிருந்து இன்னொரு பாவத்திற்கு நான் எந்தத் தடையுமில்லாமல் பயணித்தேன். என் பயணம் டெல்லியில் முடிந்தது. இதுபோன்ற ஒரு குளிர்காலம்தான் அதுவும்.

இதமான இளஞ்சூடான என் அறையில் தூங்கிக் கொண்டிருந்தேன். எதனாலோ விழித்துக் கொண்டேன். அதன்பின் தூக்கம் வராமல் வெறுமனே படுத்திருந்தபோது ஒரு பறவையின் சிறகடிக்கும் சத்தத்தைக் கேட்டேன். அப்பின்னிரவில் அதனூடே எங்கிருந்தோ யாரோ மென் குரலில் என் பேரைச் சொல்லிக் கூப்பிடுவதுபோல உணர்ந்தேன்.

பின் எந்த அசைவுமில்லை. நான் மீண்டும் படுத்தேன். ஆனால் மறுபடியும் அதே சிறகடிக்கும் சத்தம். அதே மென் குரல். அப்போது யாரோ என் காதில் சொன்னது கேட்டது. ''உனக்காக யாரோ ஒருவர் மனமுருகி வேண்டிக் கொண்டிருக்கிறார்.''

சின்னம்மா பெருங்குரலெடுத்து அழுதாள். அந்த குளிர்காலம் அவளுக்கு அப்படியே ஞாபகமிருக்கிறது. ஆசிரமத்திற்கு சென்ற முதல்நாள் பிரார்த்தனையில் மூழ்கி அவள் மூர்ச்சையான நேரமது.

லாசர் தொடர்ந்தான்.

''நான் படுக்கையில் எழுந்து உட்கார்ந்தேன். என் மனம் இதுவரை உணர்ந்திராத ஆத்மதிருப்தியில் நிறைந்திருந்தது. எனக்குள் பெரும் நிம்மதியை உணர்ந்தேன். உடல் சில்லிட்டிருந்தது. என்னைச்சுற்றிலும் பார்த்தேன். பக்கத்திலிருந்த மேஜையில் கொஞ்ச நேரத்திற்கு முன் நான் குடித்து முடித்த மதுபாட்டில்களும் கிளாசுகளும் சிகரெட் துண்டுகளும், சாப்பாட்டு எச்சிலும் சிதறிக்கிடந்தன. என் எதிரிலிருந்த ஸ்கிரீனில் நான் நிறுத்த மறந்துபோன செக்ஸ் படம் அப்போதும் ஓடிக்கொண்டேயிருந்தது. படுக்கையில் என் இருபக்கமும் காலுக்குக் கீழும் பெண்கள் படுத்திருந்தனர். பெட்ரூம் விளக்கின் சிவப்பு வெளிச்சம் அவர்களின் நிர்வாணமான உடலின் கொழுத்த சதைகளைவளிக் காட்டியது.

எனக்கு மனம் பிரட்டியது. வாந்தியெடுத்தேன். ஆத்திரத்தை அடக்கமுடியாமல் அங்கேயிருந்த எல்லாவற்றையும் அடித்து நொறுக்கினேன். உச்சத்தில் அலறியபடியே தெருவிலிறங்கி ஓடினேன்.''

லாசர் இடைவெளி விட்டான். வீட்டினுள் இளங்காலைவெளிச்சம் பரவியிருந்தது. வெளிச்சத்தில் அவன் கண்கள் மின்னின.

''தெரு அம்மாவைப்போல என்னை ஏற்றுக்கொண்டது. பிச்சைக்காரர்களும் நோயாளிகளும் வேசிகளும் பனியும் மழையும் வெயிலும் நிறைந்த டெல்லி, பாம்பே, மெட்ராஸ், தெருக்கள். அதன் பிறகும் எனக்கு தூக்கம் வரவேயில்லை. கொஞ்சம் கொஞ்சமாக சாப்பாட்டையும் நிராகரித்துவிட்டேன்.

இப்ப எவ்வளவு நிம்மதியா இருக்கேன் தெரியுமா அம்மா? என் மனசு அமைதியாயிடுச்சு. நான் மேகங்களுக்கு நடுவுல இருக்கேன். வானத்துல மிதந்துட்டிருக்கேன். அம்மா என்னை எப்பவும் தூங்க வைக்கிற தொட்டில்ல இருக்கமாதிரியே நான் இப்பவும் ஆடிக்கிட்டேயிருக்கேன்.''

லாசர் எழுந்து நின்றான். உள்ளே கடந்து வந்த மெல்லிய காற்றில் அவன் உடல் லேசாக ஆடியது. சின்னம்மாவின் இரண்டு தோளையும் பிடித்தபடி வெகுநேரம் அவளையே பார்த்துக்கொண்டிருந்தான். அவனுடைய கண்கள் மேலும் பிரகாசித்தன. கண்ணீர் வழிந்து கொண்டிருந்தது.

''அம்மா... நான் உங்கள முத்தமிடட்டுமா?''

அவன் சின்னம்மாவை இறுக அணைத்து, அவள் நெற்றியில் முத்தமிட்டான்.

''நான் போறேன்.''

அவளைவிட்டு ஓரடி முன்னால் சென்று லாசர் நின்றான்

''இந்தாங்க''

தான் கட்டியிருந்த வேட்டியைச் சட்டென அவிழ்த்து அவளிடம் நீட்டினான்.

அதிர்ந்து போன மேரிக்குட்டி அந்த அறையிலிருந்து பின்வாங்கினாள். சின்னம்மா அசையவேயில்லை. கார்த்திகை மாத குளிர்காற்று அப்போது முழுவதுமாக அறைக்குள் நிறைந்திருந்தது. லாசர் ஒரு பறவையைப்போல இங்கிருந்து பறக்கக்கூடும் என சின்னம்மா பயந்தாள்.

"இத வாங்குங்க. நான் இன்னும் ரொம்பதூரம் போகவேண்டியிருக்கு" அவன் குரலில் உறுதியிருந்தது.

சின்னம்மா வேட்டியை வாங்கிக்கொண்டாள். நிர்வாணமான அவனுடைய பின்பகுதியை அவள் பார்த்துக்கொண்டேயிருந்தாள். எலும்புகள் தூருத்தி நிற்கும் அந்த உடலின் பரிசுத்தத்தில் அவள் லயித்து நின்றாள். அது, பல வருடங்களுக்கு முன் அவள், தன் இடுக்குகளில் குப்புற படுக்கவைத்து குளிப்பாட்டும்போது இருந்ததுபோலவே தூய்மையோடு, களங்கமற்றிருந்தது.

காற்றின் தோளில் கைத்தாங்கி லாசர் அங்கிருந்து நகர்ந்தான்.

குஞ்ஞும்மா

தூரத்தில் மலைப் பாதைகளைக் கடந்து, கூட்டம் நெருங்கி வந்துகொண்டிருந்தது. ஆட்கள் குறைவுதான் எனினும் விரிந்த குடைகள் கூட்டத்தை அதிகமாக்கிக் காட்டின. வெள்ளிச் சிலுவைகளின் மணியோசைகளோடு கூட்டம் வந்து கொண்டிருந்தது. நீண்ட அங்கி அணிந்த ஒருவர் கனமான புத்தகத்தைப் பார்த்து, ஏதோ வாசிப்பது மாதிரி ஒலியெழுப்பினார்.

கூட்டத்திற்கு நடுவே தள்ளுவண்டியில் காட்டுப் பூக்களுக்கிடையே கதராடையணிந்து, தலையில் வலைவைத்து, கண்கள் மூடி குஞ்ஞும்மா படுத்திருந்தாள். இப்படியான பயணமொன்றும் அவளுக்குப் புதிதல்ல. முப்பது வருடங்களுக்கு முன் பல நாழிகை தூரங்கள் கடந்து அகளி வரை பேருந்தில் வந்தாள். பயணத்திற்கிடையில் வாந்தி எடுத்தாள். கோட்டயத்திலும், திருச்சூரிலும் இறங்கி ஓய்வெடுத்தாள். ஆனால் இன்று வாந்தி எடுக்கவில்லை, பழகிவிட்டது போல.

நன்றாக நினைவிருக்கிறது. குஞ்ஞும்மா எப்போதும் மீனச்சிலாற்றில் தான் குளிப்பாள். அப்படியான ஒரு நாளில் அவளைத் திருமணம் செய்ய ஒருவன் வந்தான். மணம் முடித்தவனோடு ஊரையும் வீட்டையும் விட்டு வெளியேறினாள். மலைப்பாதைகள் வழியே, இருபத்தியெட்டு

நாழிகைகள் நடந்து வந்து, மூங்கில் கழிகளை இணைத்து இங்கே ஒரு வீடு கட்டினாள். சுவரில் சிலுவைநாதனை மாட்டி வைத்தாள். வெயிலில் காய்ந்து விவசாயம் செய்தாள். காட்டுப்பன்றி எல்லாவற்றையும் நாசமாக்கியது. பன்றிக்கு வைத்த நாட்டு வெடிவெடித்து அவளுடைய தொடை வெந்து விட்டது. வீட்டிலேயே படுத்து, தின்று, குடித்துக் கொண்டிருந்த வளர்ப்பு பன்றியைக் 'கணவன்' என்று அழைத்தாள்.

விவசாயம் செய்து பெண்பிள்ளைகளைக் கரையேற்றினாள். மகனை போலீஸ் அடித்தேக் கொன்று விட்டனர். அதன்பின், நாள் முழுக்க சிலுவைக்குக் கீழேயே ஜெபம் செய்தபடியிருந்தாள். கையும் காலும் காய்ந்து வற்றிவிட்டன. கடைசியில் யாரோ காட்டுப்பூக்கள் கொண்டுவந்தனர். கூடவே, ஊதுவத்தியும் கொண்டு வந்தனர்.

குஞ்ஞும்மா...

மலைக்காற்றை ஏற்றுவாங்கி மணியோசை கேட்டபடி குஞ்ஞும்மா புளாங்கிதமாகப் படுத்திருந்தாள். கூட்டம் அவளை கவனிக்கவேயில்லை. அவரவர்களின் வேலையைப் பார்த்து வந்த வழியே போய்விட்டனர்.

டிஜிட்டல் ஸ்டுடியோ

ஸ்டுடியோ அறையில் இப்படி உட்கார ஆரம்பித்து இரண்டு மணிநேரமாகிவிட்டது. வியர்வையில் நனைந்துவிட்டேன். முகத்தில் பூசிய பவுடர் முழுக்கக் கோடுகளாகக் கன்னத்தில் வழிகிறது. பூட்டிய அறையில் இப்படி கோட் சூட் போட்டு நகராமல் உட்கார்ந்திருந்தால் வேர்க்காமல் என்ன செய்யும்? ஃபேன் ஓடவில்லை. அடையாளம் தெரியாத அளவுக்குக் கும்மிருட்டு. போதாக்குறைக்குக் கரண்டும் இல்லை.

எங்கிருந்தோ ஒரு நேர்க்கோடு போலப் பாய்ந்து வந்த வெளிச்சத்துக்குக் கீழே போட்டோகிராபர் உட்கார்ந்திருந்தார்.

''எங்கள மாதிரி போட்டோகிராபருக்கெல்லாம் இருட்டு ரொம்பப் பழக்கம்'' மெதுவாக என்னிடம் சொன்னார்.

இது இந்த நகரிலேயே பழைய ஸ்டுடியோ. நான் இதற்குமுன் இங்கு வந்ததில்லை. முன்பு எப்போதோ திருவிழா நேரத்தில், 'நேஷனல் ஸ்டுடியோ - திருமணப் புகைப்படங்களுக்குப் புகழ்பெற்றது' என்ற விளம்பரம் பார்த்த ஞாபகம். அந்த நாட்களில் மணப்பெண்ணும் மாப்பிள்ளையும் கல்யாணம் முடிந்த மறுநாள் ஸ்டுடியோ சென்று புகைப்படம் எடுக்கும் பழக்கம் இருந்தது. அதன் பிரதிகளை

உறவினர்களுக்கும் அனுப்புவார்கள். இது ஒரு சடங்காகவே பின்பற்றப்பட்டது.

பழைய, காலத்தில் கட்டிய இரண்டு மாடிக்கட்டிடம். உள்ளே ஏதோ ஒரு அறையில்தான் ஸ்டுடியோ இருக்கிறது. வீதியிலிருந்து ஒரு கயிற்றைப் பிடித்துத் தொங்கி, செங்குத்தாக இருக்கும் படிவழியே ஏறினால் இங்கே வந்துவிடலாம். பழைய மரப்படிகள் என்பதால் விழுந்துவிட வாய்ப்புகள் இருக்கலாம். நான் சிரமப்பட்டு ஒரு வழியாக ஏறிவிட்டேன். இந்த போட்டோகிராபரால் எப்படி தினம், தினம் இதில் ஏறி இறங்க முடிகிறதென நான் ஆச்சரியப்பட்டேன். ஏனெனில் அவர் ஒரு காலை இழந்தவர்!

படியேறியவுடன் நிறைய வளைவுகளுடன் கூடிய நீண்ட வராந்தா. திரும்பிப் போகும்போது நிச்சயம் வழி தவறிவிடுவேன். சுவர் முழுக்க பல்வேறு அளவுகளில் ஃப்ரேம் செய்யப்பட்ட போட்டோக்கள் தொங்கவிடப்பட்டிருந்தன. கிட்டத்தட்ட எல்லாமே அந்தக் கால பிளாக் அண்ட் ஒயிட் புகைப்படங்கள். பெண்களின் முகங்கள், வயதுக்கேற்ற ஒவ்வொரு விதமான பாவனைகள், வெவ்வேறு காலகட்டங்கள், பலவிதமான பார்வைகள், மயக்கும் புன்னகைகள்... மிகப்பழைய புகைப்படங்கள் என்பதால் சிலதெல்லாம் மங்கலாகியிருந்தது.

இருந்தாலும் காலத்தின் அசுர மாற்றத்தை இந்த ஸ்டுடியோவும் வேகமாக உள்வாங்கியிருந்தது. இந்நகரில் உள்ள ஒரே டிஜிட்டல் ஸ்டுடியோ இதுதான். வெளியே புதிய எழுத்துகளில் பெரிதாக எழுதி தொங்க விட்டிருந்தார்கள். ''பறக்கும் காலத்தை உள்ளடக்கிய இறகு போன்ற புகைப்படங்கள். ஒரே நிமிடத்தில்... ஒரே நொடியில்...உங்கள் புகைப்படம் நீங்கள் நினைத்தது போலவே...''

ஒரு டிஜிட்டல் ஸ்டுடியோவைத் தேடித்தேடி கடைசியில் இங்கு வந்து சேர்ந்தேன். துரதிர்ஷ்டவசமாக மேக்கப் ரூமிலிருந்து வெளியே வரும்போது கரண்ட் போய்விட்டது. அப்போது உட்கார ஆரம்பித்தது, நேரம் நாலுமணியைத் தாண்டியும் கரண்ட் வந்தபாடில்லை. வெளியே இறங்கி, லேசாகக் காற்று வாங்கலாமென்று நினைத்தால் அதிலும் ஒரு

பிரச்சனை. கறுப்புக் கோட்டும் டையும் போட்டு மத்தியான நேரத்தில் இப்படி அலையும் ஒருவனை இந்த நகரம் இதற்கு முன் எதிர்கொண்டிருக்க வாய்ப்பேயில்லை.

வாழ்க்கையிலேயே முதல்முறையாக இப்போதுதான் கோட் போடுகிறேன். இந்த டை கட்டியவுடன் மூச்சை உள்ளிழுப்பதே பெரும்பாடாகிவிட்டது. கோட்டிலிருந்து ஒரு விதமான பூச்சி மருந்தின் வாடை வீசத் தொடங்கியது. போடுவதற்கு முன் லேசாக உதறவேண்டுமென நினைத்தேன். ஆனால் கோட் கசங்கிவிடும் என போட்டோகிராபர் தடுத்துவிட்டார். பேன்ட்டின் பின்பகுதியில் பூச்சிகள் தின்றுதின்று பல ஓட்டைகள் விழுந்திருந்தன. பழைய இரும்புப் பெட்டியிலிருந்து போட்டோகிராபர் இதை வெளியே எடுத்தவுடன் நான்கு பக்கங்களிலும் பூச்சிகள் சிதறி ஓடின.

"நாப்பது வருஷமா எத்தனையோ மனுசங்க இந்தக் கோட்டைப்போட்டு போட்டோ எடுத்துட்டுப் போறாங்க. ஃபுல் சைஸ், ஆஃப் சைஸ்னு மாத்தி மாத்தி எடுத்துக் குடுக்கறேன். ஆஃப் சைஸ்னா இந்த பேண்ட்டோட தேவையே இல்லை. நியூஸ் பேப்பர்லயும், பாஸ்போர்ட்லயும் இந்த கோட் பதிஞ்சிடுச்சு. டவுனிலேயே பிரபலமான செக்ஸ் டாக்டர் சுக்ராம் இருவத்தஞ்சு வருஷத்துக்கு முன்னாடி இங்கிருந்து எடுத்த போட்டோவைத்தான் இன்ன வரைக்கும் விளம்பரத்துக்குக் குடுத்துட்டிருக்காரு. இதுக்கு ஒரு எம்பரர் லுக் இருக்குல்ல?... அது சரி... உங்களுக்கு இப்போ என்ன வயசு?"

போட்டோகிராபர் விசாரிக்க ஆரம்பித்துவிட்டார். கரண்ட் வருவதுவரை வாடிக்கையாளர்களை சலிப்படையச் செய்யாமல் இருப்பதுதானே அவருடைய கடமை.

"அம்பத்தஞ்சு முடியுது."

எப்போதும் வயது விஷயத்தில் ஒன்றைக் குறைத்துச் சொல்வதில் எனக்கொரு திருப்தி. அதில் ஒரு உபயோகமும் இல்லை என்று

தெரிந்தும்கூடத் தவிர்க்க முடிவதில்லை. காலம் நம் கையில் பிடிபடாமல் ஆற்று மீன்களைப்போல நழுவிக்கொண்டே இருக்கிறது.

''அப்டீன்னா, நாப்பத்தியேழுல பொறந்திருக்கீங்க இல்லயா? நான் நாப்பத்தியொம்போதுல உங்க ஊருல, புன்னைக்கடவுல ஒரு ஸ்டுடியோ வச்சிருந்தேன். உங்களுக்கு ஞாபகம் இருக்காது. அம்பதுல அத மூடிட்டேன். சரியா சொன்னா அம்பது ஜனவரி, இருவத்தேழுல.''

நான் எதிர்பார்த்ததைவிட இவருக்கு வயது அதிகம். உடல் மெலிந்திருப்பதால் வயதைக் கணிக்க முடியவில்லை. உயரமாக இருப்பதும் ஒரு காரணமாக இருக்கலாம். இந்த இருட்டிலும் பளிச்சென தெரிகிற அளவுக்கு மினுமினுப்பான உடல், சுருங்கிப் போன முகத்தில் பிரேம் நசீர் மீசையை மட்டும் நன்றாகக் கறுப்பாக்கியிருக்கிறார். டையடிக்கத் தாமதமாகி விட்டதால் தலைமுடியின் அடிபாகம் வெளுத்திருந்தது. சும்மா உட்கார்ந்திருக்கும்போது கைகள் மட்டும் லேசாக நடுங்கும். ஒரு கால் உபயோக சூன்யமானதால் நடக்கும்போது அதையும் சேர்த்து இழுத்து நடக்க வேண்டும். ஆனாலும் இவர் ஊன்றுகோல் பயன்படுத்துவதில்லை.

''அதாவது புன்னைக்கடவு சந்தையில, மளிகைக் கடைக்கு வடக்கே, மரப்பலகை போட்ட பலசரக்கு கடயோட மொத மாடியில என்னோட 'நேஷனல் ஆர்மி ஸ்டுடியோ'வை வச்சிருந்தேன். ஜன்னல் தொறந்தா அந்தப் பெரிய கனோலிக் கால்வாய் நம்ம பக்கத்துலயே ஓடிக்கிட்டிருக்கும். அப்போல்லாம் படகுப் போக்குவரத்து இருந்துச்சு. அதெல்லாம் ஒரு காலம். ஒரு போட்டோகிராபர்னா ஊருல யாருன்னு நெனச்சே? பெரிய வி.வி.ஐ.பி...''

யாரோ படியேறி வராந்தாவில் நடந்துவரும் சத்தம் கேட்டு இருவரும் அமைதியானோம். போட்டோ எடுக்க அடிக்கடி ஆட்கள் வந்து கொண்டிருந்தனர். வந்தவர்கள் என்மீது ஒரு அதிசயப் பார்வையை வீசினார்கள். வழுக்கைத் தலையும் தொந்தியும் உள்ள இந்தக் குள்ளன்

அவனுக்கு ஒருபோதும் பொருந்தாத கோட்டும் பேன்ட்டும் போட்டு அசையாமல் இப்படி உட்கார்ந்திருப்பதைப் பார்த்தால் யார்தான் ஆச்சரியப்பட மாட்டார்கள்? பெண்கள் சிரிப்பையடக்க முடியாமல் முகம் சிவக்க வெளியேறினர். வருகிறவர்களிடமெல்லாம் போட்டோகிராபர் ஒரே வாக்கியத்தை வெவ்வேறு வரிகளில் சொல்லிக்கொண்டே இருந்தார்.

"ஒக்காருங்க. தோ... ரெண்டே நிமிஷத்துல கரண்ட் வந்துரும். வந்ததும் மொதல்ல இவர முடிச்சுட்டு, அப்றம் நீங்கதான். ஒரே நிமிஷத்துல முடிச்சுக் குடுத்திடறேன்."

ஆனால் யாருக்கும் என் அளவுக்குப் பொறுமை இருக்க வாய்ப்பேயில்லை. என்னை மறுபடியும் மேலும் கீழும் பார்த்துவிட்டு இறங்கிச் சென்றனர். மீண்டும் நானும் போட்டோகிராபரும் தனித்து விடப்பட்டோம். நானே நினைத்தாலும் என்னால் வெளியே போக முடியாது. பாழாய்ப்போன மேக்கப் வேறு செய்து தொலைத்துவிட்டேன். இந்தக் கோட்டை அவிழ்க்கவே எப்படியும் நீண்ட நேரமாகும்.

"கேமரா ஒரு அதிசயமான கருவிதான். காலம் மாற மாற அதன் உருவம் மாறிக் கொண்டேயிருக்கும். இந்த தாலுக்காலேயே மொத மொத ஃப்ளாஷ் போட்டோ எடுத்தது நான்தான். அப்புறம் எலக்ட்ரானிக் கேமரா வந்துச்சு. இப்போ டிஜிட்டல் வந்திடுச்சு. அது எப்டியானாலும் எடுக்கறவனோட மனசு இதுக்குள்ள இருக்கணும்"

எதற்காக இந்த போட்டோ தேவைப்படுகிறது என்று இவரிடம் சொல்ல வேண்டுமாம். அது மட்டுமில்லாமல் போட்டோ எடுத்துக் கொள்கிறவனின் பெயர், வயது, தொழில், ஊர், அப்பா, அம்மா, குடும்பச்சூழல் என எல்லாவற்றையும் விளக்க வேண்டுமாம். ஒரு போட்டோவுக்கு இதெல்லாம் அவசியம் என்பதுதான் இவருடைய வாதம். என்னிடம் கேட்டார்.

"எதுக்கு சார் இதெல்லாம்? சிலர் ரொம்பத் தயங்குவாங்க. ஆனா அது தப்பு. டாக்டர், வக்கீல் அப்றம் போட்டோகிராபர்கிட்ட எதையும் மறைக்கக்

கூடாது. அது போட்டோவை பாதிக்கும். கண்ணீர் அஞ்சலி போட்டோக்களைப் பாருங்க. ஒவ்வொண்ணுலயும் மரணத்தோட கோடு விழுந்திருக்கும். ஆக்சிடென்ட்டுல செத்துப் போனவங்களோட போட்டோவைத் தேடிக் கண்டுபிடிச்சு பத்திரிகைக்காரங்க தருவாங்க. நிகழப் போகும் மரணம் அந்த முகத்துல நிழலாடுறத நான் எத்தனையோ தடவ உணர்ந்திருக்கேன். பழக்க தோஷத்துல பிணத்தைப் பார்த்துக்கூட சொல்வாங்க, ஸ்மைல் ப்ளீஸ்....''

திடீரென்றுதான் எனக்கு ஒரு போட்டோ தேவைப்பட்டது. எங்களுடைய குடியிருப்பு அஸோசியேஷனின் சிறப்பு மலரில் இணைப்பதற்காகக் கேட்டிருந்தார்கள். எப்போதும் ஆயிரத்தெட்டு வேலைகளுடன் அலைபவன் புருஷ். இப்போது ஒன்றியப் பஞ்சாயத்து உறுப்பினர் வேறு. இப்பரபரப்பிற்கிடையே அவனே போனில் கூப்பிட்டுப் பேசினான்.

''இத உதாசீனப்படுத்தாதீங்கண்ணே... போட்டோ கெடக்கலைங்கற விஷயம் இப்போதான் எனக்குத் தெரிஞ்சது. அண்ணனோட போட்டோ இல்லாம மலர் வெளியிட எனக்கு விருப்பமில்லை. கோவில்ல சுவர் எழுப்பறதுக்கு நீங்க பதினைந்தாயிரம் குடுத்திருக்கீங்க. வேல நடக்கற அன்னிக்கெல்லாம் டிபன் ஏற்பாடு பண்ணீங்க. எல்லாம் லஞ்சம் வாங்குன காசுதானேன்னு சிலரு சொல்லுவாங்க. அதெல்லாம் விடுங்க. எழுத்தறிவே இல்லாத வியாபாரிகளும், காண்ட்ராக்டர்களும் நம்ம குடும்பத்துல எக்கச்சக்கமா இருக்காங்க. ஆனா கெஸட்டட் ஆபீஸர் லெவல்ல பென்ஷன் வாங்கறதுக்கு ரெண்டே போர்தான். ஒண்ணு நீங்க. இன்னொன்னு சர்வேயர் கோவிந்தன் சார். அவரும் இப்ப போய்ச் சேர்ந்துட்டாரு.''

எங்களுடைய ''புழக்கர மாளிகையில்'' அஸோசியேஷன் ஆரம்பித்து ஒரு வருடம்தான் ஆகிறது. அந்தக் காலத்தில் கோயில் கொடைக்கு மட்டுமே எல்லோரும் ஒன்று கூடினர். எனக்கு நினைவு தெரிந்த காலத்தில்கூட அந்தக் கோயில் இருந்தது. இறந்து போன முன்னோர்கள் கோயிலில் கடவுளாக வாழ்ந்தனர். நெல்பொரியும், கள்ளும், கதளிப்

பழமும் படைப்பார்கள். வீட்டில் விசேஷமாக என்ன செய்தாலும் அது இனிப்போ, காரமோ, கறியோ அங்கே கொண்டுபோய் படையல் போட்டபிறகுதான் மறுவேலை.

கொழும்பிலிருந்து வந்த வாசு மாமாதான் கோயில் பூசாரியும் சாமியாடியும். பூஜை நடத்தும்போது சாந்தமாக இருக்கும் அந்த முகம் சாமியாடும்போது ரௌத்திரமாக கர்ஜிக்கும். உயிர்க்கோழியின் கழுத்தை நெரித்து ரத்தம் உறிஞ்சிக் குடிக்கும். நான் பயத்தில் நடுநடுங்கிப் போயிருக்கிறேன். வாசு மாமா ஒருமுறை சொல்லியிருக்கிறார்:

''நம்ம குடும்பம் ரொம்ப பாரம்பரியமானது. இமயமலையில முனிவராயிருந்த நம்ம தாத்தா கட்டுனது இந்தக் கோயிலு. இன்னொரு தாத்தா அந்தக் காலத்துல தானிசேரியில நடந்த நாயர் - ஈழுவ கலவரத்துல இறந்துட்டாரு. பெருங்கோட்டுக்கரைக்கு குரு, வந்திருந்தப்போ நம்ம குடும்பத்துலருந்து ஒருத்தரைப் பாக்கணும்னு சொல்லியனுப்பியிருந்தாரு.''

பிறகு வாசு மாமா படுத்த படுக்கையாகிவிட்டார். இப்போதெல்லாம் சாமியாடுவதில்லை. கோயில் அருள்வாக்கில் ஒரு பிராமணன் பூஜை செய்ய வேண்டுமென முடிவானது. திருப்பூணித்துறையிலிருந்து வந்த ஒரு ஐயர்தான் இப்போது பூசாரி. தாத்தாக்களைப் பீடத்தோடு கொண்டுபோய் திருநாவாய் ஆற்றில் கரைத்தனர். கோயிலைத் தூய்மைப்படுத்தினர். கிட்டத்தட்ட புதிதாகவே கட்டப்பட்டது. மறுபிரதிஷ்டையும் நடத்தினர். தறவாட்டு தினத்தன்று ஆயிரம் பேருக்கு சாப்பாடு போட்டார்கள். சாலையும் தெருக்களும் கார்களால் நிரம்பியிருந்தன.

இரண்டு வருஷத்துக்கு முன்னால் நான் ரிட்டயர்டு ஆனபோது ஒருமுறை போட்டோ எடுக்க நேர்ந்தது. பிரிவு உபச்சார விழா, பொக்கே, மாலை, டீ பார்ட்டி, வழியனுப்புதலென சகலமும் நிகழ்ந்தன. எல்லா விஷயங்களையும் கிளார்க் சதாசிவம் உற்சாகத்தோடு நடத்தி முடித்தான். கிளம்பும் நேரத்தில் என் மனைவியிடம், ''அக்கா, இவரை நாங்க எந்தப் பிரச்சினையுமில்லாம முழுசா திருப்பிக் கொடுத்திட்டோம். இனிமே உங்க பொறுப்பு'' என்று கைதட்டிச் சிரித்தான். நான் சுமந்து கொண்டு வந்திருந்த

மாலைகளை என்ன செய்வதெனத் தெரியாமல் அவள் ஆச்சரியப்பட்டுப் போனாள்.

அன்று என் போட்டோவைப் பன்னிரண்டு காப்பியெடுத்து சதாசிவம் எல்லாப் பத்திரிகைகளுக்கும் அனுப்பினான். ஏதோ சுமாரான கவிதைகள் எழுதி, கவிஞன் என்ற பெயரில் அலைவதால் அவன் பத்திரிகையாளர்களுடன் சின்ன தொடர்பு வைத்திருந்தான்.

''கோபாலன் சார் ரிட்டயர்டானதை உலகம் பூரா சொல்றதுல சதாசிவனுக்கென்ன சந்தோஷமோ? சாருக்கு இப்போகூட காலேஜ் பொண்ணுங்க மத்தியில தனி மரியாதைதான்'' என்று ஆபீஸில் சாந்தம்மா சொல்லிச் சிரித்தது இன்னும் ஞாபகமிருக்கிறது.

பன்னிரெண்டு காப்பி எடுத்தாலும், ஒரே ஒரு பத்திரிகையில் மட்டுமே போட்டோ வந்தது. அதுவும் உள்ளூர் பக்கத்தில் அரைப்பக்கச் செய்தியாகப் போட்டிருந்தார்கள். குடிநீர் வாரியத்திலிருந்து ஓய்வு பெற்ற ஒருவர்தான் மீதி இடத்தைப் பிடித்திருந்தார். அன்று எடுத்த காப்பிகளில் இரண்டோ மூன்றோ என்னிடம் இருக்கின்றன. ஆனால் அது வேண்டாமென்று புருஷ் தீர்மானமாகச் சொல்லிவிட்டான்.

''அண்ணே... இது நம்ம குடியிருப்போட கௌரவப் பிரச்சன. 'பேட்டை சரித்திரத்தின் நீங்கா நட்சத்திரம்'ங்கற தலைப்புல, உங்க போட்டோவுக்குக் கீழே 'ரிட்டயர்டு ரெஜிஸ்ட்ரார் பி.எம்.கோபாலன்' அப்டீன்னு பின்குறிப்போடப் போடப் போறோம். கோட்டு போட்டு டை கட்டுன ஒரு ஃபுல் சைஸ் போட்டோதான் வேணும். அதும் நாளைக்கே கெடைக்கணும். டி.டி.பி. வேல எல்லாம் முடியப் போகுது.''

''அதெப்பிடி புருஷ்....? நெனச்ச ஒடனே கெடைக்குமா? போட்டோ எடுத்து, கழுவி, பிரிண்ட் போட ஒரு வாரமாச்சும் ஆகும்ல?''

''அண்ணன் இந்த உலகத்துலதான் இருக்கீங்களா? இது கம்ப்யூட்டர் காலம். நம்ம புன்னைக்கடவை விட்டுக் கொஞ்சம் வெளிய வந்து பாருங்க. ஒரு நிமிஷத்துக்குள்ள போட்டோ உங்க கையில இருக்கும்.''

இப்ப மணி ஆறைத் தாண்டிவிட்டது. இதுவரை யாரும் படியேறி வரவில்லை. ஒருவேளை டவுனில் இன்று முழுக்க பவர் கட்டாக இருக்குமா? இல்ல, இந்த ஸ்டுடியோவில் மட்டுமா? எழுந்து போய்விட்டால் என்ன? அப்பறம் வரலாமென்று நினைத்தால், இந்த போட்டோ நாளைக்கே அவசியமாகத் தேவைப்படுகிறது. அதைவிட வேஷத்தைக் கலைப்பதே பெரும்பாடு. டையை அவிழ்க்க முடியும் என்பதில் எனக்கு நம்பிக்கையேயில்லை. போட்டோகிராபர்தான் கட்டிவிட்டார். நான் போட்டிருந்த சட்டையையும் வேட்டியையும் எங்கே கொண்டுபோய் வைத்தாரோ?

"நான் புன்னைக்கடவுல ஸ்டுடியோ வெச்சிருந்த காலத்துல, சந்தையை விதவிதமா பதிவு பண்ணியிருந்தேன். வெள்ளிக்கிழமை சந்தை, குட்டை மீன்கள், மூட்டை தூக்குபவர்கள், படகோட்டிகள்ன்னு பலவிதங்களில எடுத்திருந்தேன். அந்தக் காலத்துல அவுட்டோர் என்பது அவ்வளவு சுலபமில்ல. முக்காலியில் நிறுத்திவச்சு போட்டோ எடுக்கற பெட்டி சைஸ் கேமரா ஞாபகம் இருக்கா? ஒரு பூதம் மாதிரி போட்டோகிராபர் அதுக்குள்ள தலையை விடுவார். அப்பறம் வெளியே எடுப்பார்."

யாருடனோ என்பது போல அவர் பேசிக்கொண்டேயிருந்தார்.

"அன்றைய புன்னைக்கடவு சந்தை சரித்திரத்துல இடம்பெற வேண்டிய ஒண்ணுதான். இப்போதைவிட நல்ல அகலமாக கனோலிக் கால்வாய் இருந்தது. இருபுறமும் மரங்கள் வளைந்து கால்வாயிடம் பேசிக் கொண்டேயிருக்கும். இலைகளின் நிழலால் கரிய நிறத்தைப் பெற்றிருந்தது கால்வாய் நீர். இடையிடையே நீரைக் கிழித்துக் கொண்டு சில படகுகள் கடந்து செல்லும். மலபார் செல்ல அங்கே ஒரு பாலம்கூட இருந்தது.

கிழக்கே ரெக்கார்டு அலுவலகத்திலிருந்து மேற்கே வின்சென்ட் திருச்சபை வரை இரண்டு பக்கமும் வரிசைவரிசையாகக் கடைகள். 'இட்டிக்குரு' அண்ணனோட பலசரக்குக் கடை, வேலனின் பெட்டிக்கடை, கொலம்போ ஹோட்டல், முஸ்லிம் பாயின் பீடாக்கடை, கோயா ஆர்ட்ஸ்,

நவப்பிரபா நூலகம், கார்னேஷன் ஆயில் மில், தேங்காய்க் கடை, போலீஸால் பூட்டி சீல் வைக்கப்பட்ட கம்யூனிஸ்ட் கட்சி அலுவலகம்...

பனம்பாயும், கொள்ளிக்கிழங்கும்தான் சந்தையின் முக்கிய வியாபாரப் பொருட்கள். மலபாரிலிருந்து சுருட்டிய பாய்களைச் சுமந்தபடியே பெண்கள் இறங்கி வருவார்கள். கிழங்குகளுடன் திரும்பிச் செல்வார்கள். உயரமான, மெலிந்த பெண்கள், செந்நிறக் கூந்தல், சிலிக்கான் கண்கள், வெளிறிய முகங்கள். நான் ஒரு போட்டோ எடுத்து, 'மலபாரின் வறுமை' என்று தலைப்பிட்டிருந்தேன்.''

நான் பொறுமையிழந்துவிட்டேன். அறையில் இருள் கவியத் தொடங்கியது. கம்ப்யூட்டருக்குப் பக்கத்தில் ஏதோ ஒரு இன்டிகேட்டர் மட்டும் மின்னிக் கொண்டிருந்தது. உடலில் லேசாகக் காற்று பட்டால் நிம்மதியாக இருக்குமென்று தோன்றியது. ஆனால் எந்த வழியே காற்று வரும்? குறைந்தபட்சம் கழுத்திலுள்ளடையையாவது அவிழ்த்தால் போதுமென்றிருந்தது.

''கரண்ட் எப்போதான் வரும்? இப்படி உக்கார ஆரம்பிச்சு மூணு மணி நேரமாச்சு. நான் கௌம்பட்டுமா?'' என்றேன்.

''என்ன அவசரம்? மூணு மணிநேரம் முடிஞ்சிருச்சு இல்ல. கரண்ட் கௌம்பி வர ஒண்ணும் லேட்டாகாது. தோ...ன்னு சொல்றதுக்குள்ள அது வந்துரும். இந்த லைட்டெல்லாம் எரியும். இருட்டா இருக்கற மானிட்டர்ல வெளிச்சம் வரும். லைவா இருக்கற உங்க முகம் தெளிவாகும். கோட், டை, கம்பீரம். நானா இதுன்னு நமக்கே சந்தேகமா இருக்கும். எங்க ப்ரைட் வேணும்? எங்க டார்க் பண்ணணும்? எல்லாத்துக்கும் மவுசை நவுத்தினாப் போதும். உங்கக் கண்ணுக்குப் பதிலா வேற கண் வேணுமா? போட்டோஷாப்புல எக்கச்சக்கமா வெச்சிருக்கேன்.''

பெருமூச்சுடன் உட்கார்ந்திருந்தேன். என் மனநிலை அறியாது அவர் மேலும் தொடர்ந்தார்.

''கேளுங்களேன்... அது ஆயிரத்து தொள்ளாயிரத்து அம்பது. சரியா அம்பத்தியோரு வருஷத்துக்கு முன்னாடி. பாலம் வழியா புன்னைக்கடவு

சந்தைக்கு அடிக்கடி போலீஸ் ஜீப் வந்து நிக்கும். இன்ஸ்பெக்டர் நம்பியார் இறங்கி வருவார். உடனே பலகையைச் சாத்தி ஒவ்வொரு கடையா மூடிருவாங்க. ஒரு ஈ காக்கா கூட பறக்காது.

எனக்கு மட்டும் எந்தப் பிரச்சினையுமில்லை. ஒரு போட்டோகிராபர்னா சும்மாவா? நான் புன்னைக்கடவுத் தெரு வழியே நடப்பேன். வயல்ல இறங்குவேன். கேமரா ஸ்டாண்டைப் புடிக்க என்கூட ஒரு ஹெல்பர் இருந்தான். ஆஸ்கார் பெர்ணாக்கோட கேமரா அது. ஒவ்வொரு இடத்துலயும் டிரைப்போட் பிக்ஸ் பண்ணி ஸ்டில்ஸ் எடுக்க வேண்டி இருக்கும்.

அப்போல்லாம் நான் செயின் ஸ்மோக்கர். உதட்டில் சிகரெட்டுடன் கேமராவை க்ளிக் செய்துகொண்டே இருப்பேன். அழகான பெண்களைப் பார்த்தால், அங்கேயேக் கெஞ்சுவேன். ‘ப்ளீஸ்... ஒரே ஒரு போஸ்.’ கோவிலுக்குப் போகும் பெண், படகோட்டும் பெண், ஆற்றில் குளித்துக் கொண்டிருக்கும் பெண் யாராக இருந்தாலும் நானே மேக்கப் போட்டு விடுவேன். புடவை கட்டி விடுவேன். எல்லாரும் பார்த்து சந்தோஷப்படுவார்களே தவிர, யாரும் வந்து தடுக்கமாட்டார்கள். அந்தக் காலத்துல ஒரு போட்டோகிராபருக்கு அவ்வளவு மரியாதை இருந்துச்சு.

அதுக்குப் பிறகு படகுப் போக்குவரத்து முழுசா நின்னுப் போச்சு. பதிலாக ‘ஏனாம்மா’ வரைக்கு பஸ் சர்வீஸ் தொடங்கிட்டாங்க. ஒரே ஒரு பஸ்தான். ஒரு நாளைக்கு மூணு ட்ரிப் அடிக்கும். அது ஒரு பழைய ஃபோர்டு வண்டி. புன்னைக்கடவுக்கு வந்து எருமை கத்தற மாதிரி ஹார்ன் அடிக்கும். டிரைவரும் கண்டக்டரும் கொலம்போ ஹோட்டலல் பத்திரியும் கறிக்குழம்பும் சாப்பிடப் போயிடுவாங்க.''

உட்கார்ந்து உட்கார்ந்து சலித்தபோது அந்த அறையிலேயே கொஞ்சம் நடக்கலாமென முடிவெடுத்தேன். ஆனால் அதொன்றும் எளிதல்ல. நடக்கும்போது பேண்ட் எங்கேயோ இறுகி இழுக்கும். சட்டையும் இறுக்கமாக இருப்பதால் முழுதாக நிமிரக்கூட முடியவில்லை. பெல்ட்டை முறுக்கியதாலோ என்னவோ வயிறு முழுக்க கேஸ் நிறைந்துவிட்டது.

அதைக் கொஞ்சம் வெளியேற்றினால் ஒரு சின்ன நிம்மதியாவது கிடைக்குமென உணர்ந்தேன்.

''பெண்களை மட்டுமல்ல, அழகான ஆண்களையும் என் கேமரா ரசித்திருக்கிறது. அந்தக் காலத்துல ஒருத்தன் பஸ்ஸிலருந்து இறங்கி புன்னைக்கடவு சந்தையில நடந்து போயிட்டிருந்தான். ஆறடி உயரம், அகலமான நெஞ்சு, கறுத்த மீசை, கௌரவமான புன்னகையுடன் வசீகரிக்கும் முகம். நான் ஆச்சரியப்பட்டுப் போனேன். அசல் ஆணுக்கேற்ற உடல்வாகு. ஒரு போட்டோ எடுத்தேன். அவனிடம் கெஞ்சிக் கூத்தாடிதான் அதை எடுக்க முடிந்தது. பின் அதைப் பெரிதாக்கி ஸ்டுடியோ வாசலில் மாட்டிவிட்டேன்.''

போட்டோகிராபர் என்னிடம் கேட்டார்.

''தோழர் கோபாலகிருஷ்ணனைப் பத்தி நீங்க கேள்விப்பட்டிருக்கீங்களா?'

நான் என் நினைவுகளைப் பின்னுக்குக் கொண்டு போனேன். எங்கேயோ கேட்டு மறந்ததுபோல இருந்தது.

''ஒரு அரசியல்வாதிதானே? போலீஸோ யாரோ வெடி வெச்சுக் கொன்னுட்டதா கேள்விப்பட்டிருக்கேன்.''

''வெடி ஒண்ணும் வெக்கல.'' அவர் பதட்டமாகச் சொன்னார்.

''லாக்கப்புக்குக் கொண்டுபோய் அடிச்சேக் கொன்னுட்டாங்க. சாவறதுக்கு முன்னாடி சிமிட்டியால ஒவ்வொரு மீசை முடியையும் புடுங்கி அவரைக் கடைத்தெருவுக்குக் கொண்டுபோய் பெட்ரோல் ஊத்திக் கொளுத்திட்டாங்க.'' ஆவேசமாகச் சொன்னார்.

''மன்னிக்கணும். அதெல்லாம் எனக்குத் தெரியாது. நான் எழுவத்திரெண்டுல மதிலகம் ரெக்கார்டு ஆபீசில குமாஸ்தாவா இருந்தேன். அப்போ யாரோ சொல்லிக் கேள்விப்பட்டிருக்கேன். முன்னாடி, இந்த மாதிரி ஒருத்தர் செத்துப் போயிருக்காருன்னு. நம்ம வழி

வேறங்க. நமக்கு வாழறதுக்குன்னு ஒரு வழி இருக்குல்ல. கடவுள் கிருபையால தேவைக்கும் மேல எல்லாமே கெடச்சிருக்கு. அதனால எனக்கு அரசியலோட அவசியமில்லயே.''

அவர் அமைதியானார்.

''போட்டோகிராபருக்கும் அரசியல் தேவையில்லை. அழகியல்தான் அவனுக்கான தேடல். கறுப்பு, வெள்ளை, பல மாதிரியான உருவங்களென அந்தத் தேடல் விரிந்துகொண்டே இருக்கும். சில்வர் ஹாலைடு கிறிஸ்டல்கள் உண்டாக்கும் வெறும் பிரதிபிம்பங்கள் மட்டுமேயவை. ஒரு வகையில் யதார்த்தம். ஒரு வகையில் யதார்த்தமற்றது. ஆனால் அவனுடைய வாழ்வின் போக்கை அவன் எடுக்கும் புகைப்படங்கள்தான் தீர்மானிக்கின்றன. அவன் நிமிர்ந்து நடக்க வேண்டுமா இல்லை, நொண்டி நடக்க வேண்டுமா என...

தோழர் கோபாலகிருஷ்ணன் கொலை செய்யப்பட்ட மறுநாள் இன்ஸ்பெக்டர் நம்பியார் என்னைத் தேடி ஸ்டுடியோவுக்கு வந்தார். சோர்வாகத்தான் தெரிந்தார். சற்றே பிரமை பிடித்ததுபோலக் காணப்பட்டார். சுவரில் தொங்கவிடப்பட்டிருந்த தோழரின் புகைப்படத்தை ஊடுருவிப் பார்த்துக்கொண்டேயிருந்தார்.

'நான் யூனிஃபார்ம்ல ஸ்டேஷன்ல இருக்கற மாதிரி ஒரு போட்டோ நீ எடுக்கணும். அப்புறம் அதைப் பெரிசாக்கி உன்னோட ஸ்டுடியோ செவுத்துல மாட்டி வைக்கணும். இனிமே நான்தான் உனக்கு எல்லாமே.'ன்னு சொல்லி என்னை ஸ்டேஷனுக்குக் கொண்டு போனார்''

அந்த போட்டோகிராபர் நொண்டி நொண்டி என்னருகே வந்தார். என் கையால் அவருடைய மரத்துப்போன காலை வருடியபடியே சொன்னார்...

''அன்னிக்கு ஸ்டேஷன்ல இருந்து திரும்பி வரும்போது என் கால் இப்டியாயிடுச்சு. என் பயணத்தோட போக்கே மாறிடுச்சு. பாதை மாறியது. காலம் ஏதேதோ வழிகளில் என்னைக் கடந்து போனது. கனோலிக் கால்வாய்க்கு மேலே எவ்வளவோ பாலங்கள் வந்துவிட்டன. பல

பேருந்துகள் கடந்து போயின. தந்திகள் மூலமாகவும் வெவ்வேறு தடங்களிலுமாக எத்தனை எத்தனை செய்திகள், காட்சிகள் சென்று மறைந்தன. நாகரிகம் எங்கிருந்தோ பறந்து வந்து வேடிக்கை காட்டிக் கொண்டிருக்கிறது.''

அதற்குப்பின் அவர் ஒன்றும் பேசவில்லை. இருட்டுடன் கூடிய கனத்த அமைதி அறையைச் சூழ்ந்து கொண்டது. போட்டோகிராபர் சேரில் உட்கார்ந்தபடியே கண்ணசந்து போனார்.

திடீரென்று விளக்குகள் எரிந்தன. மின்விசிறி சுழலத் தொடங்கியது. நான் எழுந்து சந்தோஷத்தோடு சொன்னேன், ''அப்பாடா... கரண்ட் வந்திருச்சு, கரண்ட் வந்திருச்சு...''

துவாரகா டாக்கீஸ்

இன்று மதியம் கே. என்னை மொபைலில் அழைத்திருந்தார். நான் அப்போது குஞ்ஞாமுக்காவின் வீட்டுத் திண்ணையில் உட்கார்ந்துக் கொண்டிருந்தேன். மரப்பலகைகளை இணைத்துக் கட்டப்பட்ட சின்ன வீடு இது. சிறைக்குளம் சந்தை தாண்டினவுடன் முதலில் கண்ணில் படுவது வைகுண்டம் பார். பக்கத்திலேயே ஷக்கீலா படம் போடுகிற துவாரகா டாக்கீஸ். அதற்கருகில் ஸ்ரீசாஸ்தா மரப்பட்டறை. மரப்பட்டறைக்குப் பின்னால்தான் குஞ்ஞாமுக்காவின் வீடு.

''இப்பல்லாம் இங்க மொபைல் ரேஞ்சு கெடக்குது குஞ்ஞாமுக்கா'' என்றேன். வாசலில் பலா இலைகளை மென்று கொண்டிருந்த ஆடுகள் என்னை ஏறிட்டுப் பார்த்தன.

டாக்கீசுக்குப் பக்கத்திலுள்ள குஞ்ஞாமுக்காவின் பெட்டிக்கடை இன்று திறக்கவில்லை. வாசலில் போடப்பட்டிருந்த கயிற்றுக்கட்டிலில் கசங்கிப்போன பழைய துணிகளுக்கிடையில் குஞ்ஞாமுக்கா சுருண்டு படுத்திருந்தார். அவருடைய பட்டையான பச்சை பெல்ட் கட்டில் காலில் தொங்கவிடப்பட்டிருந்தது. பெல்ட்டை கழட்டியதால் குஞ்ஞாமுக்கா ஒரு புழுபோலச் சுருங்கிவிட்டார். அவருடைய மனைவி அய்சாபித்தா அடுப்பில் மண்சட்டியில் வறுத்த உமியைக் கிழியில் கட்டி முதுகில் ஒத்தடம் வைத்துக் கொண்டிருந்தாள். மஞ்சள் நிறமான பெண் அவள். அந்தக்

காலத்தில் இடுப்பில் காச்சித்துணிக்குமேல் ஒரு வெள்ளி அரைஞாண் கட்டியிருந்தாள். வீடுவீடாகச் சென்று அரப்புத்தூள் விற்றாள். ஒத்தடம் வைக்கும்போது அவளுக்கு அடக்க முடியாத கோபம் வந்தது. தொண்டையை அடைத்துக் கொண்டு அழுகையும் வந்தது.

''இப்டி எறாமீன் மாதிரி சுருண்டு படுத்துகிட்டா, எப்டி ஒத்தனம் வெக்கறது? கால நீட்டிப் படுங்க''

''என்னால முடியல'' குஞ்ஞாமுக்கா மேலும் சுருண்டார். முகத்தில் வீங்கிப்போன இடங்களில் பச்சை நிறத்தில் தைலம் தடவி விடப்பட்டிருந்தது. களரிமர்மாணி தைலமாக இருக்கலாம். உதடுகளும் வீங்கியிருப்பதால் ஆளே அடையாளம் தெரியவில்லை.

குஞ்ஞாமுக்காவை நேற்று காலை, பிரம்மானந்தன் எஸ்.ஐ. சாட்சி சொல்வதற்காக ஸ்டேஷனுக்குக் கூப்பிட்டிருந்தார்.

''யார்றா, துவாரகால பிரச்சன பண்ணது?'' குஞ்ஞாமுக்கா எதுவும் பேசவில்லை. கேட்டால் பதில் பேசுகிற பழக்கம் அவருக்கு எப்போதுமே இருந்ததில்லை. பெட்டிக் கடையில் சிகரெட்டு வாங்கும்போது ஏதாவது நாட்டுநடப்பு கேட்டுத் தெரிந்து கொள்ளலாமென்று நினைத்தால் கூட,

''நமக்குத் தெரியாதுப்பா... நமக்கு அவ்ளோ படிப்பில்லை'' என்று சொல்லிவிடுவார்.

எஸ்.ஐ.க்குக் கோபம் வந்துவிட்டது. ''சொல்லுடா... யாருல்லாம் அடிச்சுக்கிட்டாங்க?''

''நான் பாக்கலீங்க''

அவ்வளவுதான். அவருக்குக் கோபம் தலைக்குமேல் ஏறிவிட்டது. குஞ்ஞாமுக்காவின் முகத்திலேயே ஓங்கிக் குத்தினார். எத்தனை தடவை என்பது கடவுளுக்குத் தான் வெளிச்சம். ஏற்கனவே அவருக்கு மேல்வரிசையில் முன்பக்கமாக நான்கு பற்கள் மட்டுமே இருந்தன. நல்லவேளையாக அவை விழவில்லை. ஆனால் உதட்டைக் கிழித்துவிட்டன. இன்னும் ஆத்திரம் அடங்காமல், குனியவைத்து கை

முட்டியால் முதுகிலேயே குத்தினார். எட்டி உதைத்து லாக்கப்பில் தள்ளினார். குஞ்ஞாமுக்கா ஒரு பகல் முழுக்க அங்கேயே கிடந்தார். இரவு ஸ்டேஷனுக்குத் திரும்பி வந்தபோதுதான் பிரம்மானந்தன் எஸ்.ஐ.க்கு ஞாபகம் வந்தது. அவரை ஜீப்பில் ஏற்றி வீட்டில் கொண்டுவந்து இறக்கிவிட்டார்.

"நாலு பேரு சேந்துதான் இவர ஜீப்புலயிருந்து இறக்கி இங்க படுக்கப் போட்டாங்க" அய்சாபித்தா அழுதே விட்டாள்.

கே.வின் நம்பர் போனில் தெளிந்த போதே எனக்குக் கொலை நடுங்கிவிட்டது. நான் எதிர்பார்த்தது போலவே கேட்டார்.

"துவாரகாவுல என்ன நடந்துச்சு?"

நான் தலையைச் சொறிந்தபடியே ஏதோ சொல்லிச் சமாளிக்க முற்பட்டேன். கே. அதைக் கேட்டு முடிக்காமலேயே, "அலம்பல் பண்ணாத. சொல்லிட்டேன்" என்று கூறி இணைப்பைத் துண்டித்துவிட்டார்.

ச்சே... அசிங்கமாகிவிட்டது. நான் பி.ஏ. வரை படித்திருப்பதால் கே. என் மீது தனி ஆர்வம் கொண்டிருந்தார். ஒரு ஆப்பரேஷனுக்கிடையில் நடக்கும் பிரச்சனை என்றால் பரவாயில்லை. பிரச்சனையான சில ஆப்பரேஷனுகள் உண்டு. அப்போதெல்லாம் கே. "உனக்கு ஒண்ணும் ஆகலல்ல?" என்று கேட்பார். அதைக் கேட்கும்போதே நம் மனசு குளிர்ந்துவிடும். கேட்கவும் சொல்லவும் நமக்கும் ஒரு ஆள் இருக்கிறார் என்று உணரும்போது கண் கலங்காமலிருக்குமா?

வண்டி பிடிப்பதுதான் இப்போது என்னுடைய தொழில். கே.விடம் நான் பலவேலைகள் பார்த்திருக்கிறேன். கொஞ்ச காலம் அரசியல்கூட பார்த்துவிட்டேன். அமைச்சருடனான பணப்பரிமாற்றம் வரை சென்றேன். ஆனாலும், வண்டி பிடிக்கும்போது ஆத்மாவில் உணருகிற திருப்தி வேறு எதிலும் அனுபவப்பட்டதில்லை. ஆழ்மனதிலிருந்து மீண்டும் ஒருமுறை உயிர்த்தெழுவதுபோலத் தோன்றும். வார்த்தைகளால் விவரிக்க முடியாத பரவசம் உடல் முழுக்கப் பரவும். சிறைக்குளம் சந்தையில் நடந்து சென்றாலே தனி மரியாதைதான். கண்ணில் படுகிற பையன்கள் எல்லாம்,

''ஏ... தீபு அண்ணன்'' என்றபடியே, வேட்டிக்குத்தை இறக்கி வணக்கம் வைப்பார்கள்.

வேலை மிக எளிதானதுதான். அடகுக் கடையில் ஆர்.சி புக்கையும் லைசன்சையும் வைத்து காசு வாங்கி, பதுங்கிவிடுகிற ஏராளமான வண்டிகள் உள்ளன. சரியான தருணம் பார்த்து அவற்றைப் பிடித்து அலுவலகத்தில் ஒப்படைக்க வேண்டும். கே.வின் ஆள் என்று தெரிந்தாலே விவரமாக டிரைவர்கள் இறங்கி வழி விடுவார்கள். எல்லா வண்டிகளையும் பிடிக்க கே. என்னை இன்னும் அனுமதிக்கவில்லை. ''முதலில் உன் விளையாட்டு புத்தி மாறட்டும்'' என்று சொல்லி விட்டார். ஆட்டோ பிடிப்பதால், எல்லோரும் ஆட்டோதீபு என்று கூப்பிட ஆரம்பித்தார்கள். சென்ற மாதம் மட்டும் பன்னிரெண்டு ஆட்டோ பிடித்தேன். பயணிகளை இறக்கிவிட்டு ரூட்டிலிருந்தே ஒரு பேருந்தைப் பிடிப்பதுதான் என் கனவு.

எனக்குப் பலவிதமான கனவுகள் உள்ளன. ஒரு கட்டத்தில் கனவு எது, வாழ்க்கை எது என்ற குழப்பத்திற்கே வந்துவிட்டேன். நேற்று விடியற் காலையில்தான் ஒரு ஆப்பரேஷன் முடித்தேன். விடியற்காலை தான் மிகவும் ஏற்ற நேரம். சத்தமிருக்காது. ஆள் நடமாட்டம் குறைவு. மார்கழி மாதம் என்பதால் காற்றில் அலையும் கிளைகளின் அசைவுச் சத்தம் மட்டுமே கேட்கும். கடுமையான குளிர்வேறு. நான் பேக்கரி ஜங்ஷனில் வெயிட்டிங் ஷெட்டிற்குப் பின்னால் தனியாகக் காத்திருந்தேன்.

ஒரு KL8 - 3808 பதுங்கிப் பதுங்கி வருகிறது. பெயின்ட் உரிந்துத் துருப்பிடித்த ஒரு பழைய லாம்பரட்டா ஆட்டோ. அதனுடைய 'பிராபிரா' என்ற ஹாரன் சத்தம் இன்னும் நன்றாக நினைவிருக்கிறது. போதாக்குறைக்கு ஆட்டோவுக்கு ''சிந்துவின் சொந்தம் சந்திரன்'' என்ற கேவலமான பெயர் வேறு. நம்பீசன் பைனான்சில் நாலாவது முறையும் கெடு முடிந்ததால், பயந்துபோய் அவன் இப்போதெல்லாம் இந்தப் பக்கமே வருவதில்லை. குறுக்கு வழிகளில்தான் ஆட்டோ ஓட்டுகிறான். ஸ்டேஷனில் விடியற் காலையில் அவனுடைய நடமாட்டம் இருப்பதாக யாரோ சொன்னார்கள்.

கல்லேற்றுங்கரை ரயில்வே ஸ்டேஷனில் தொலைதூரம் செல்லும் ரயில்கள் அதிகாலை நேரத்தில் வரும். தெற்கு மலபாரும் வடக்கு மலபாரும்

இரண்டு இரண்டரை மணிக்கு... மூன்று மணிக்கு குருவாயூர், நாலு மணிக்கு டீ கார்டன். கண்ணூர் வண்டி ஐந்து மணிக்கு வந்துவிடும். பின் ஒரு பாம்பே வண்டி. அதனால் அதிகாலையிலேயே நாலைந்து ஆட்டோக்கள் அங்கேயே நின்று கொண்டிருக்கும். பிளாட்பார்மிலேயே ஆட்களைப் பிடித்துவிட வேண்டும். இது ஒரு டூக்ளி ஸ்டேஷன் என்பதால் ஒருவர் அல்லது அதிகபட்சமாக இரண்டு பேர் தூக்கக் கலக்கத்தில் கையில் பெட்டியுடன் இறங்குவார்கள். ஏதாவது கஞ்சனிடம் மாட்டிக் கொண்டால் அவ்வளவுதான். ஆனால் கிடைத்துவிட்டால் லாங் டிரிப் பிடிக்கலாம். அப்படிப்பட்ட ஒரே ஒரு சவாரி கிடைத்தால்கூட போதும்.

''சிந்துவின் சொந்தம் சந்திரன்'' ஸ்டேஷன் வாசலிலேயே இருட்டில் நிற்பதை நான் கவனித்துவிட்டேன். இப்படியேப் பிடித்துவிட்டால் அதில் த்ரில்லிருக்காது. ஒருவகை திருட்டுச் செயலாகிவிடும். ஓடும் வழியில் வைத்துப் பிடிக்க வேண்டும். கண்ணூர் ரயிலின் கூவல் சத்தம் முடிந்து லெவல்கிராஸ் திறந்தவுடன் அவன் சீறிப் பாய்ந்து வந்தான். அந்த ஹாரன் சத்தம் கேட்டதும் நான் சாலையிலிறங்கி நின்றேன். கையெல்லாம் காட்ட வேண்டிய அவசியமில்லை. கே.வின் ஆட்கள் பொதுவாகக் கைகாட்டுவதில்லை. பையன் டப்பென்று பிரேக்கைப் போட்டு நின்றான். வண்டியிலிருந்து இறங்குவதற்குள் அவன் முகத்தில் பதற்றம் தொற்றிக் கொண்டது. சாவியை நான் வாங்கிக் கொண்டேன். உள்ளே மடியில் பெட்டியுடன் தலையைச் சுற்றிப் போர்வை போர்த்தி, அரைத் தூக்கத்திலிருந்த சாருக்கு ஒன்றும் புரியவில்லை.

''இங்க எறங்கிக்கோங்க சார். எறங்கி உங்க பொன்னான காலால நடந்து போயிருங்க'' என்றேன். அவர் அசையாமல் அப்படியே உட்கார்ந்திருக்கிறார். பெட்டியை கீழே எடுத்து வைத்து, அவரை கையைப் பிடித்து வெளியே இழுத்தேன். பின் ஆட்டோவை ஓட்டி வந்துவிட்டேன். திரும்பிப் பார்த்தால் அவர் நடுநிசியில் நிலாவெளிச்சத்தில் அவிழ்த்து விட்ட கோழியைப் போல முழித்துக் கொண்டிருந்தார். அவனவனுடைய தலையெழுத்து என்பதைத் தவிர வேறென்ன சொல்ல?

வண்டியை அலுவலகத்தில் ஒப்படைத்து கையெழுத்து போட்டுப் பணம் பெற்றுக்கொண்டேன். பின் நிம்மதியாகப் படுத்துத் தூங்கிவிட்டேன். வண்டி பிடித்துவிட்டு வருகிற தூக்கம் போல வேறெபோதும் வருவதில்லை. உடலுறவுக்குப் பிறகான தூக்கம் போன்றது அது. நாலு பெக் குடித்தால்கூட இப்படியொரு பரவசத்தையடைய முடியாது. மதியம் ராமன்குட்டி வந்து எழுப்புவது வரை அந்தத் தூக்கம் நீண்டது.

குஞ்ஞாமுக்காவின் வீட்டுத் திண்ணையில் நான் பலமுறை தூங்கியிருக்கிறேன். வீட்டைவிட்டு வெளியேறிய பிறகு சந்தையில் திரிந்து கொண்டிருந்த காலத்தில் படுப்பதற்கு ஒரு இடமின்றி அலைந்தேன். பின் தூக்கம் வரும்போதெல்லாம் இங்கு வந்து படுப்பேன். பல நேரங்களில் எதுவும் சாப்பிட்டிருக்க மாட்டேன். பசியில் வரும் தூக்கமிருக்கிறதே... என்னவென்று சொல்ல? நல்ல மசாலா பிரட்டி வறுத்த மாட்டிறைச்சி கனவில் வரும். அய்சாபித்தா எழுப்பி கொஞ்சம் கஞ்சி கொடுத்து,

''நீ வந்ததால எங்க ஆடு பட்டினியாயிடுச்சு. அதுக்குக் குடுக்கலாம்னு வெச்சிருந்தேன்'' என்பாள்.

குஞ்ஞாமுக்காவுக்கும் எனக்குமான வாழ்க்கைத் தொடர்பு அதற்கும் முன்னாலேயே தொடங்கிவிட்ட ஒன்று. அதாவது நான் நாலாவது படிக்கும் காலத்திலேயே... அன்றும் அவருக்கு துவாரகா டாக்கீசுக்கு முன்னால் பெட்டிக் கடை இருந்தது. சோடா, சர்பத்து, சிகரெட்டு, பீடி, சுருட்டு, கடலைமிட்டாய், முந்திரி, கண்ணாடி பாட்டில்களில் நிரப்பப்பட்ட ஆரஞ்சுச்சாறு, கிளி பிஸ்கட்டு, தொட்டால் தேனூறும் தேன்மிட்டாய் என எல்லாம் கிடைக்கும். சிறிய அளவில் பண்டமாற்றும் செய்து வந்தார். பழுத்த பாக்கிற்கு ஒரு துண்டு சுறாக்கருவாடு, பச்சை நாருக்கு ஒரு பல்ப்பம். மிளகு, மரோட்டிக்காய், புளியாங்கொட்டை போன்றவையும் வாங்கிக் கொள்வார். இடுப்பில் கட்டியிருந்த பச்சை பெல்ட்டின் எக்கச்சக்கமான பாதாள அறைகளொன்றில் பணம் பதுக்கப்பட்டிருக்கும். அவர் போட்டிருக்கும் கைவைத்த திருப்பூர் பனியன் எப்போதுமே கசங்கியிருக்கும்.

சிறு வயதில் குஞ்ஞாமுக்காவின் பெட்டிக்கடையைச் சுற்றிச் சுற்றி நிற்பதிலேயே என் பொழுதைக் கழித்தேன். துவாரகா டாக்கீசில் ஓடும் சினிமாக்களின் ஸ்டில் போஸ்டர்கள் பெட்டிக்கடையில் தொங்கவிடப்பட்டிருக்கும். அடடா... நசீரும் விஜயஸ்ரீயும் காதல் கொண்ட காலமது. நிலவொளியில் தென்னைமர நிழலில் நின்று கொஞ்சும் நசீரின் காதல் வார்த்தைகள், அதில் வெட்கித் தலைகுனியும் விஜயஸ்ரீ. என்ன மாதிரியான காலம்...

சாயங்காலங்களில் டாக்கீசில் பாட்டு போடுவார்கள். ஆப்பரேட்டர் லோனா அண்ணனுக்கு ஜோடிப்புறா படப்பாடல்கள் மீது கொள்ளைப் பிரியம்.

'கரிவளை கரிவளை குப்பிவளை', 'காக்கத்தம்புராட்டி கறுத்த மணவாட்டி', 'அக்கரைக்கு உண்டோ அக்கரைக்கு உண்டோ' 'குருத்தோல பெருநாளுக்கு' என ஆரம்பித்து கடைசியில் 'ரோசி' படப்பாடல்களைப் போடுவார், 'அல்லியாம்பல் கடவு' 'தண்டொடித்த தாமரை நான் கொண்டு வந்தபோது...' என நீளும் பட்டியல்.

அந்தக் காலத்தில் நானும் பூவைக் கொடுத்து ஒரு பெண்ணை வசப்படுத்த வேண்டுமென்று திரிந்து கொண்டிருந்தேன். பகல் கனவுபோல அந்நாட்கள் ஓடிவிட்டன. பாட்டுபோட ஆரம்பித்ததும் டாக்கீசுக்கு ஆட்கள் வரத்தொடங்கி விடுவார்கள். அன்றெல்லாம் பெண்களும் குழந்தைகளும்தான் அதிகமாக வந்து கொண்டிருந்தனர். ''அய்யோ... அல்லியாம்பல் கடவு போட்டுட்டாங்க...'' என்றபடியே அவசர அவசரமாக வருவார்கள். தெருக்கள் முழுக்க வளையல் சத்தத்துடன் கோகுல் சான்டல் பவுடர் வாசனை காற்றில் பரவும். அப்படியாக துவாரகா டாக்கீஸ் சிறைக்குளம் சந்தையின் ஓர் அடையாளமாக மாறிவிட்டது. அதையொட்டி பேருந்து நிறுத்தம் கட்டப்பட்டது. வைகுண்டம் பார் திறக்கப்பட்டது.

அந்தக் காலத்தில் கிட்டத்தட்ட டாக்கீஸில் ஓடிய எல்லாப் படங்களுமே ஹவுஸ்புல்தான். டிக்கெட் வாங்க ஒரு பெரும்போராட்டமே அரங்கேறும். சட்டைகள் கிழியலாம், பட்டன்கள் சிதறலாம்.

ஆப்பரேட்டர் லோனா அண்ணன் தன் கேபினில் உட்கார்த்து ஆட்களின் நெரிசலையும் போராட்டத்தையும் பார்த்து நக்கலாகச் சிரிப்பார். படம் பார்ப்பதற்கிடையில் ஓரிரண்டு முறையாவது மின்சாரம் துண்டிக்கப்படும். எங்களைப் போன்ற தரைடிக்கட்டுகள் விசிலடித்துக் கூவினால் உடனே கரண்டு வந்துவிடும். எப்போதாவது கிளைமாக்சில் கரண்டு காட்டாகிவிட்டால், லோனா அண்ணன் திரையில் தோன்றுவார்.

''இன்னும் எதுக்குக் காத்துருக்கீங்க? ஒரு ஃபைட்டு, ஒரு கார் சேசிங், அதுக்கப்றம் நசீரும் ஷீலாவும் கலியாணம் பண்ணிப்பாங்க'' அவ்வளவுதான். அதுவே போதுமானது. லோனா அண்ணனிடமிருந்து விவரம் கிடைத்த சந்தோஷத்தில் பார்வையாளர்கள் அனைவரும் கைதட்டி விசிலடித்தபடியே போய்விடுவோம்.

குஞ்ஞாமுக்காவின் பெட்டிக் கடையிலும் கூட்டம் மொய்த்திருந்தது. காட்சி தொடங்குவதற்கு முன்னும் இன்டர்வெல்லிலும் ஆட்கள் கூட்டம் கூட்டமாக வருவார்கள். நாற்பது ஐம்பது கைகள் ஒன்றாக நீளும். ஒரு சோடா, ஒரு பாக்கெட் காஜாபீடி, கடலை மிட்டாய் ஒரு பொட்டலம் தேன் மிட்டாய்... ஒவ்வொருவருக்கும் சரி, சரியென சொல்லிக்கொண்டே எடுத்துக் கொடுப்பார்.

சிறைக்குளம் சந்தையில் குஞ்ஞாமுக்காவும் லோனா அண்ணனுமே பிரபலமானவர்கள். சினிமா ஓட்டுகிற மெஷினின் உரிமையாளர் என்பதால் லோனா அண்ணன் கொஞ்சம் தலைக்கனத்துடனேயே நடமாடினார். யாரைப் பார்த்தாலும் இளக்காரமாக மேல்பார்வை பார்த்துப் புன்னகைப்பார். காலம் செல்லச் செல்ல, சுவரின் உடலில் சில சில்லறை மாற்றங்கள் ஏற்பட்டிருந்தன. அன்று மெலிந்து உயரமாகக் காணப்பட்டவர், இப்போது கொஞ்சம் எடைபோட்டு குள்ளமாகிவிட்டார். வழுக்கை ஏறிவிட்டது. முகத்திலுள்ள சிறுமுடிகள்கூட நரைத்துவிட்டன. மீசையை மட்டும் எப்போதும் டை அடித்துக் கொள்வார். ஆனால் அன்றும் இன்றும் கேபினில் சட்டை போடாமல்தான் நிற்கிறார். கழுத்தில் ஒரு பெரிய ருத்திராட்சக் கொட்டையைக் கறுப்புக் கயிற்றில் கோர்த்துப் போட்டிருப்பார்.

குஞ்ஞாமுக்கா அன்றும் இதேபோல மெலிந்தேயிருந்தார். இப்போது புளியங்காய் போல சற்று உட்பக்கமாக வளைந்துவிட்டார். சுருங்கிப்போன சின்ன முகத்தில் மூக்கு மட்டும் ஊசிபோல வெளியே நீட்டிக் கொண்டிருக்கும். அதனால் அவருடைய முகம் எப்போது பார்த்தாலும் ஒரு பறவையின் முகத்தை நினைவுபடுத்தியது. யாரிடமும் சிரித்துப் பேசுவதோ மாறுபட்ட முகபாவனைகளோ ஏதுமில்லை. அவருக்கு மத்தியானம் பித்தளைத் தூக்கில் அய்சாபித்தா கொண்டுவரும் மீன் குழம்பை சாதத்தோடு பிசைந்து சாப்பிட வேண்டுமென்ற ஒரேயொரு ஆர்வம் மட்டுமே. சாப்பாட்டு நேரத்தில் அய்சாபித்தா வியாபாரம் பார்த்துக் கொள்வாள். அதில் இன்றுவரை எந்த மாற்றமுமில்லை. என்ன, ஒரு சிகரெட்டுக்கான விலையில் ஒரு பாக்கெட் சிகரெட்டை விற்றுவிடுவாள்.

இப்போதெல்லாம் வியாபாரம் நலிந்துவிட்டது. துவாரகா டாக்கீஸ் பொலிவிழந்து பல வருடங்களாகிவிட்டன. மதிற்சுவர் முக்கால்வாசி இடிந்துபோனது. இரும்பு கேட் துருவேறி மூட முடியாமலாகிவிட்டது. பராமரிப்பேயில்லை. மழைநீர் ஒழுகாமலிருக்க, கூரைக்கு மேலே அங்கங்கே பேனர் போட்டு மூடியிருந்தனர். பனை வாரைகள் அரித்து விட்டிருந்ததால் மதிய வேளைகளில் வெயில் கீறல்கீறலாக உள்ளே பாய்ந்து எரிச்சலூட்டும். கருப்புத் திரைச்சீலைகள் கிழிந்து தொங்குகின்றன. கூரை முழுவதும் ஒட்டடை படிந்து கிடக்கின்றது. திரை மங்கி பழுப்பு நிறமாகிவிட்டிருந்தது. பெரும்பாலான நாற்காலிகள் உடைந்து போயிருந்தன. அன்றைய கிங், குயின் டாய்லெட்கள் நாற்றமடித்தன.

ஷக்கீலா படங்களுக்குக்கூட இப்போது கூட்டமில்லை. ஆங்கிலப் படங்களுக்குதான் கொஞ்சமாவது மவுசு. கார்லோஸ் வில்லியம்ஸ், ராபர்ட் ராபின்சன் போன்ற இயக்குநர்களிடம் கொத்தனாருக்கும் ஆச்சாரிகளுக்கும்கூட லேசான மரியாதை இருந்தது. அந்தக் காலத்தில் திரண்ட சதையுள்ள ஒரு காலை க்ளோசப்பில் காட்டினாலே போதுமானதாக இருந்தது. தியேட்டரே மரண அமைதியாகிவிடும். இன்று அது போதுமா? மனிதர்களுக்கு எவ்வளவு காட்டினாலும் போதவில்லை. எத்தனை பாட்டு

போட்டாலும் முதல் மணி அடித்தாலும் ஒருவர்கூட வருவதில்லை. இரண்டாவது மணியடித்த பிறகே ஓரிருவராவது வருகின்றனர். அவர்களும் வெளியூர்க்காரர்களே. பெட்டியை இடுக்கிக்கொண்டு சில உத்தியோகஸ்தர்கள் பதுங்கியபடி வருவார்கள். படம் தொடங்கியவுடன், விசிலும் கூக்குரலும் நாற்காலி உடையும் சத்தமும்தான் கேட்கும்.

முந்தாநாள் துவாரகாவில் மேட்னி ஷோவுக்குச் செல்ல எனக்குத் துளியும் விருப்பமில்லை. வரவர ஷகிலா படங்களே எனக்குப் பிடிப்பதில்லை. உடலைப் பற்றி எனக்கு வேறொரு எண்ணம் வந்திருக்கிறது. அவை கொழுத்த உருண்டையான உருவங்கள், சில வளைவுகளும் அங்கங்கே மினுமினுப்பும் தோன்றலாம். தொட்டால் தேன்மிட்டாய் போல பிதுங்கும். அது வெறும் கொழுப்பின் பிரம்மை. ஆடையிருந்தாலும் இல்லாவிட்டாலும் எந்த உணர்வுமில்லை. இவை எதுவும் ஒரு முழுக்கோழியை மசாலா சேர்த்துப் பொரித்துச் சாப்பிடும் அலாதிக்குப் பக்கத்தில்கூட வராது. வைகுண்டம் பாரில் நாலு பெக் மதுவுடன் ஊறுகாய் தொட்டு நக்கும்போதோ, முழு காடை வறுவலை நொறுக்கி சாப்பிடும்போதோ கிடைக்கும் ஆத்ம திருப்திக்கு ஈடில்லை. சரியான ஓர் ஆள் பேச்சுத் துணைக்கு அருகிலிருந்து ஊற்றிக் கொடுத்துக் கொண்டேயிருக்க வேண்டும். எனக்கு ஏற்றது ராமன்குட்டிதான். அவன் கட்டாயப்படுத்தினதால் தான் சினிமாவிற்குப் போனேன்.

''ஏண்டா இந்தக் குப்பையெல்லாம் பாக்கறே?''

''ஆமா, தீபு அண்ணே, ஒரு கட்டத்துல மனுஷனைப் பயித்தியம் புடிக்க வச்சிடறாங்க. சீனு ஒரு லெவலுக்கு வந்துட்டேயிருக்கும்போது கட் பண்ணீடறானுங்க. அப்றம் பெட்ரூம்ல ஒரு லைட்டையும், இயற்கைக் காட்சியோட ஒரு ஃபிரேமையும் காட்டுவானுங்க. டென்ஷன் ஆவுமா, ஆவாதா? இருந்தாலும் மறுபடியும் மறுபடியும் பாக்கணும்னு ஆச வருது''

''ஆசையான பாசமது இங்கிருந்து வேரூன்றி கரையேறுகிறது மதிலுக்குமேல்'' நான் பாடினேன்.

அன்று தூங்கி எழுந்து பார்த்தபோது நான் வைகுண்டம் பாரிலிருந்தேன். சாராயக் கடைகள் மூடிவிட்ட பிறகு, பாரில் இப்போதெல்லாம் திருவிழாக் கூட்டம்தான். வைகுண்டம் பாரிலுள்ள மூன்று கௌண்டர்களில் ஆச்சாரிகளுக்கும் மேஸ்திரிகளுக்கும் முதல் கௌண்டர், நின்று குடிப்பவர்களுக்கு இரண்டாம் கௌண்டர். உட்கார்ந்து குடிப்பவர்களுக்கு மங்கலான வெளிச்சத்தில் பூ அலங்காரங்களும் மீன் தொட்டியுடனும் கூடிய மூன்றாம் கௌண்டர். நான் எப்போதும் ஏ/சி அறையிலேயே உட்காருவேன். வெறுமனே ஊறுகாயை நக்கிக்கொண்டு ஒவ்வொரு லார்ஜாக உள்ளே இறக்கிக் கொண்டிருந்தபோது, சினிமாவுக்குப் போவதைப் பற்றி ராமன் குட்டி ஆரம்பித்தான். வெள்ளிக்கிழமை புதுப்படம் வரும் நாளென்பதால் லோனன் அண்ணன் கொஞ்சம் தாராளமாக யோசிக்க வாய்ப்பிருக்கிறது. இருந்தாலும் கொஞ்சம் பெரிய மனதுடன், "நீ போயிட்டு வா" என்றேன்.

"அது முடியாதுண்ணே, நீங்க இல்லன்னா சரிப்பட்டு வராது"

துளியும் குறிக்கோளற்ற அதே பழைய கதை. திருமணமான பக்கத்து வீட்டுப் பையனுடனான காதல். படம் தொடங்கி அரைமணி நேரம் சென்றுவிட்டது. பொதுவாக இந்நேரத்துக்குள் நாயகி நான்கு முறையாவது குளித்திருக்க வேண்டும். ஆனால் வெறும் ஒரேயொரு குளியல் மட்டுமே காட்டினார்கள். அதுவும் தவளை மாதிரி ஒரு பெண் எப்போதும் தலையில் சோப்பு தேய்க்கிற ஒரு குளோசப். கேட்கவா வேண்டும்? ஆட்கள் கத்திக் கூச்சலிட்டனர். "சோப்ப கீழத் தேயிடி", "பிட்டப் போட்றா"

ராமன்குட்டி திரும்பி நின்று வேதனையோடு கேட்டான். "லோனன் அண்ணா என்ன நடக்குது? ஏன் இந்தக் கொலவெறி?"

வரும் வரும் என்கிற எதிர்பார்ப்புதான் இந்த மாதிரியான படங்களுக்கு உயிர்ப்பு. எப்போது வேண்டுமானாலும் பீஸ் போடலாம். சில நேரம் இன்டர்வெல்லுக்கு முன்னால் ஒன்றுமே இருக்காது. ஆனால் அதற்குப்பின் சேர்த்து வைத்துப் போடுவார்கள் என்பதால் எல்லோரும் முடிந்தவரை சகித்துக் கொண்டிருந்தனர். ஆனால் அதற்கிடையில் நடக்கக் கூடாத ஒன்று

நடந்துவிட்டது. நாயகி விஷம் குடித்துவிட்டாள். அதைக் கேள்விப்பட்ட நாயகன் தண்டவாளத்தை நோக்கி ஓடினான். போதாக்குறைக்கு ஒரு சோகப்பாட்டு வேறு. அத்துடன் பார்வையாளர்கள் பொறுமையிழந்து, நாற்காலிகளைப் போட்டு உடைத்தனர். எனக்குப் பக்கத்திலிருந்த ஒருவன் முன்னாலிருந்த நாற்காலியை ஓங்கி மிதிக்க எத்தனித்தபோது நான் சாந்தமாகவே சொன்னேன்.

''நண்பா, ஒடக்காதீங்க...''

''நீ யாருடா, ரூரல் எஸ்.பி.யா?''

நான் மெல்ல எழுந்து லேசாக அவனைத் தட்டினேன். வெறுமனே ஒரேயொரு உதை. ஆனால் அவன் நாற்காலிகளுக்கிடையில் உருண்டு விழுந்தான். பார்வையாளர்கள் அனைவரும் எழுந்து விட்டிருந்தனர். பெட்டியுடன் வந்தவர்கள் அவசர அவசரமாக வெளியேறினர். அப்போதும் படம் ஓடிக் கொண்டேயிருந்தது. நாயகியின் இறுதிச் சடங்கு. கீழே விழுந்தவன் ஒருவிதமாகப் பிடித்து எழுந்து வெளியேறினான். வாசலில் நின்று உடைந்துபோன ஒரு நாற்காலியின் காலை எனக்கு நேராக நீட்டி வம்பிழுத்தான்.

''ஆம்பளயா இருந்தா வெளிய வாடா...''

நான் வெளியே சென்றேன். ராமன்குட்டி என் கையைப் பிடித்து இழுத்தான்.

''வேணாம் தீபு அண்ணே, நாம படம் பாக்கலாம்''

''என்னடா படம்?''

எனக்குக் கோபம் வந்துவிட்டது.

பக்கத்திலிருந்த நாலைந்து நாற்காலிகளை நான் எட்டி மிதித்து உடைத்தேன். வெளியேறிய பிறகுதான் வெளிச்சத்தில் அவன் முகம் பார்க்க நேர்ந்தது. இந்த ஊர்க்காரன் அல்ல. மெலிந்து கறுத்து தாடி வளர்த்து ஒரு நக்சல் மாதிரி இருந்தான். இப்படிப் பட்டவங்களை எல்லாம் சும்மா

விடவே கூடாது. நான் குஞ்ஞாமுக்காவிடம் ஒரு சோடா கேட்டு வாங்கினேன். சோடாவை உடைத்துக் கொண்டே குஞ்ஞாமுக்கா கேட்டார். "உப்பு போடணுமா?"

"உப்பில்ல, சக்கரை" நான் பொறுமையிழந்து சோடாவை வாங்கி இரண்டு மிடறு குடித்தேன்.

பாட்டிலை மதில் சுவற்றில் அடித்து உடைத்து வலது கையால் கூரான பகுதியைப் பிடித்தபடி அவனைக் கூப்பிட்டேன்.

"வாடா இங்க"

அவன் மரக்கட்டையோடு வந்து என் வலது கையைப் பிடித்தான். நான் அதற்குள் பாட்டிலை இடது கைக்கு மாற்றி, வலக்கையால் மரக்கட்டையைப் பிடித்தேன். கூடவே பாட்டிலால் அவன் வயிற்றிலேயே குத்தினேன். திரும்பி நின்று, "எவ்ளோ குஞ்ஞாமுக்கா, பாட்டிலோட சேத்து சோடாக்கு?" என்றேன். என் பாக்கெட்டில்தான் நிறைய காசிருக்கிறதே.

சத்தியமாக காசு கொடுத்த அந்தக் காட்சிவரை மட்டுமே எனக்கு நினைவிருக்கிறது. ராமன்குட்டியைக் கூப்பிடாமலேயே நான் தனியாக வைகுண்டம் பாருக்குப் போனதாகவும், ஒரு முழு டக்கை ஆர்டர் செய்து கணக்கில்லாமல் குடித்து முடித்ததாகவும் பின்னர் கேள்விப்பட்டேன். பாரிலிருந்து இறங்கி நான் நெஞ்சை நிமிர்த்தி சந்தையில் நான்குமுறை நடந்தேனாம். பிரம்மானந்தன் எஸ்.ஐ. ஜீப்பிலிருந்தபடியே என் நடையைப் பார்த்துச் சிரித்திருக்கிறார். அடடா! எப்பேர்பட்ட நாள். நேரடியாக கேம்பிற்கு வந்து பரம ஆனந்தமாகத் தூங்கியிருக்கேன். கே. என்னைப் பலமுறை மொபைலில் தொடர்பு கொண்டாராம். எனக்கு எப்படிக் கேட்டிருக்கும்?

கட்டிலில் படுத்திருந்த குஞ்ஞாமுக்கா வலியில் முனகினார். அய்சாபித்தா நிமிர்த்திப் படுக்க வைத்தபோதும் அவர் மீண்டும் சுருண்டார். S போல இல்லை, O போல. லேசாக அவர் உடல் நடுங்கியது.

"வலிக்குதா, குஞ்ஞாமுக்கா?" நான் கேட்டேன்.

அவர் கண்ணை மட்டும் திருப்பி என்னைப் பார்த்து முனகினார். ஆமாமென்றோ இல்லையென்றோ இருக்கலாம். சொல்லப் போனால் இந்த பிரம்மானந்தன் எஸ்.ஐ ஒரு நல்ல மனிதனே. சபரிமலைக்கு வேறு மாலை போட்டிருக்கிறார். பிரச்சனையின் போக்கை அவர் என்னிடம் போனில் விளக்கியிருந்தார்.

''ச்சே... ஒரு தப்பு நடந்திடுச்சு பாஸ். வீட்ல ஒரு வாரமா பிரச்சன. அந்த நேரத்துலதான் இந்தக் கெழவன் ''நான் பாக்கல...நான் பாக்கல...ன்னு கிளி மாதிரி சொல்லிட்டேயிருந்தாரு. கோவம் வருமா? வராதா? அதுவுமில்லாம இப்பல்லாம் இந்த பாயிங்கள பாத்தாவே கை அரிக்குது. மாட்டுனதும் நல்லா வெச்சு வெளாசிட்டேன். இருந்தாலும் இப்டி நடந்திருக்கக் கூடாது. நீ போயி ஏதாச்சும் எண்ணெயோ, தைலமோ வாங்கிக் குடுத்துடு''

நான் பர்ஸிலிருந்து இரண்டு நூறு ரூபாய் தாளையெடுத்து அய்சாபித்தாவிடம் கொடுத்தேன்.

''பிரம்மானந்தன் எஸ்.ஐ குடுத்தனுப்பினாரு. தைலம் வாங்கிக்கச் சொன்னாரு'' அதை வாங்கியபடியே அவள் வெடித்து அழுதாள்.

''எவ்ளோ பெரிய மனுஷன் அவரு. கடைசீலயாவது பாவம் தோணிச்சே. இந்த மனுஷன இங்க வரைக்கும் ஜீப்புல கொண்டுட்டு வந்து விட்டாரே... இங்க வந்து, இந்த ஸ்டூல் மேல ஒரு நிமிஷம் உக்காந்தாரு. இந்தக் காலத்துலல்லாம் யாரு செய்வா? அடிக்கறது அவரோட வேல. வாங்கிக்கறது நம்ம கடம இல்லயா? கடவுளோட கிருபைன்னு இல்லாம வேறென்ன சொல்ல?''

அதைக் கேட்டதும் எனக்குக் கவலையாகிவிட்டது. குஞ்ஞாமுக்காவும் தேம்பினார். கே. என்னை மீண்டும் அழைத்தார். ''நீ எங்க இருக்க?''

புதூர்க்கரை

ஜன்னல் வழியாக வரவேற்பறைக்குள் செய்தித்தாள் வந்துவிழும் சத்தம்தான் அவரை எழுப்பியிருக்க வேண்டும். மிகத் தாமதமாகிவிட்டது எனத் தன்னைத்தானே திட்டிக்கொண்டே எழுந்தார். இனி பத்துமணி வரையிலான பரபரப்பு நரகம் மாதிரி இருக்கும் என்று நினைத்தபடி லேசாக தன் தாடியை வருடியபோது, இன்று ஷேவ் செய்ய வேண்டிய நாள் என்பதும் நினைவுக்கு வந்து தொலைந்தது.

மேஜைமீது தவமிருக்கும் அலாரத்தைக் கோபமாகப் பார்த்தார். அது அலறி முடித்திருந்தது அப்போதுதான் சட்டென நினைவுக்கு வந்தது. தூக்கத்தில் எப்போதோ கேட்டது போல ஞாபகம். பல காலங்களாகவே கேட்டுப் பழகிய சத்தம்தான் எனினும் இன்று மட்டும் ஏனோ மரண அலறல் போலக் கேட்டது. சாலையில் யார் யாரோ ஓடுகிறார்கள். தார் ரோட்டில் அவர்களுடைய காலடி தெளிவாகக் கேட்கிறது - டக்... டக்... டக்.. மறுபடியும் அதே மரண அலறல். கனவாக இருக்குமோ?

பிரச்சனை இதோடு நின்று விடவில்லை. வழக்கமாக அவருக்காகவே மேஜைமீது காத்திருக்கும் கடுங்காப்பியும் இன்று இதுவரை இல்லை. கடிகாரத்திற்குக் கீழே நேற்று மகனிடமிருந்து வந்த கடிதம் மட்டும் பத்திரமாக எடுத்து வைக்கப்பட்டிருந்தது. அறைக்குள் வேறு யாரும்

வந்ததாகத் தெரியவில்லை. அவருக்குக் கோபம் தலைக்கேறியது. எல்லாரும் எங்கே தான் போய்விட்டார்கள்? பிரஷில் பேஸ்ட்டை பிதுக்கிக் கொண்டே அறையை விட்டு வெளியே வந்தார்.

வாசலில் பார்த்த காட்சியால் கோபத்தில் பற்களை நெரித்தார். மனைவியும் பெண்குழந்தைகள் இருவரும் செய்தித்தாளில் மூழ்கி உலகையே மறந்துவிட்டிருந்தனர். அவர்கள் படித்துக் கொண்டிருந்த பாட புத்தகங்கள் தரையில் சிதறிக் கிடந்தன. போனவாரம் தான் அவர்களுடைய ரேங்க் கார்டின் ரிமார்க்ஸைப் பற்றி மனைவி புலம்பிக் கொண்டிருந்தாள். ஆனாலும் இந்த நேரத்தில் அம்மாவின் தலைமையில் என்ன ஒரு தீவிரமான செய்தி வாசிப்பு!

இரத்த அழுத்த நோயாளியான அவர், மருத்துவரின் தொடர் அறிவுரையை ஒரு நிமிடம்கண்முன்னே கொண்டுவந்து தன்னைத்தானே அமைதிப்படுத்திக் கொண்டு குளியலறையை நோக்கிச் சென்றார்.

பல் தேய்க்கும் போதும் முகம் கழுவும்போதும், இன்று காலை பத்தரை மணிக்கு மூச்சுவாங்கியபடி வேகமாக நடந்து, கிட்டத்தட்ட ஓடி, அலுவலகத்தை அடையும் காட்சியையே நினைத்துக் கொண்டிருந்தார். எப்போதும் தலை குனிந்தே வேலை செய்து பழக்கப்பட்ட எல்லா குமாஸ்தாக்களும் அந்த நிமிடம் மட்டும் தலையுயர்த்தி ஏளனப் பார்வையை வீசுவார்கள். அதுவே அவரைப் பொறுத்தவரையில் சகித்துக் கொள்ளமுடியாத விஷயம். பின் மேலதிகாரி... அவருடைய மேஜை மீதிருக்கும் வருகைப் பதிவேடு... கையெழுத்திட அனுமதி வேண்டி நிற்கும்.... இரண்டு நிமிடக் காத்திருப்பு.

ஒரே ஒரு விடுமுறை எடுத்துவிட்டால் இத்தனை மன அவஸ்தைகளையும் தவிர்த்து விடலாம். ஆனால் அலுவலக வேலைகள் அப்படியே நின்றுவிடும். பிறகு அதை யார் முடிப்பது? எப்போது, எப்படி முடிப்பது? ஃபைல்களை வீட்டிற்குக் கொண்டு வந்தால்கூட ஒரு பிரயோஜனமும் இல்லை. தலைவலியும் சோர்வும் சாயங்காலத்தில் விடாமல் துரத்துகிறது.

பொறியியல் கல்லூரியிலிருந்து அவருடைய மகன் அனுப்பும் ஒவ்வொரு கடிதமும் இப்படித்தான் தொடங்கும். ‘அப்பா, டாக்டர் சொல்றதக் கேளுங்க. மாத்திரை எல்லாம் ஒழுங்கா சாப்பிடுங்க. ராத்திரீல ரொம்ப நேரம் வேல செய்யாதீங்க? அதைத் தொடர்ந்து மெஸ் கட்டணம், கல்விச்சுச்சுற்றுலா, புத்தகங்கள்...

அப்படியான ஒரு கடிதம் நேற்றும் வந்திருந்தது. யாரும், ஏன் தானேகூட மீண்டும் அதைப் பார்த்துவிடக்கூடாதென நினைத்து ஆபீஸ் பேகில் வைத்திருந்தார். அதை வெளியே எடுத்து, எல்லோரின் பார்வைக்காகவும் மேஜைமீது யார் வைத்திருப்பார்கள்? பையையும் சட்டைப் பாக்கெட்டையும் துழாவிப் பார்க்கும் கெட்டப் பழக்கத்தை அவர் மனைவி தொடங்கி முழுதாக இருபது வருடங்களாகிவிட்டன.

சூடான தன் நெற்றியில் தைலம் தடவினார். நாசமாப்போச்சு. வெந்நீரே வைக்கவில்லை. உடலுக்குக் குளிக்க நன்றாக சுடவைத்த நீர், தலைக்கு லேசான வெந்நீர், குளியலின் கடைசி சடங்காக தலையில் ஊற்ற ஒரு கோப்பை குளிர்ந்த நீர் என எல்லாவற்றையும் எடுத்து வைத்தார். ஷேவ் செய்தபின் குளிப்பதா இல்லை, குளித்துவிட்டு செய்வதா? எதுவானாலும், தொலைந்தேன்... ச்சே...

மூன்றாவது முறையும் ரேசர் கைதவறிக் கன்னத்தைக் கிழித்தபோது நினைத்துக் கொண்டார். பிளேடுக்கு பரபரப்பைப் புரிந்து கொள்ளும் அளவுக்கு அனுபவமில்லை. இது எத்தனையாவது ஷேவ்? பேசாமல் இன்று லீவெடுத்து விடலாமா? எடுக்கலாம்... ஆனால் ஆபீஸ் போனால் சுதாகரப் பணிக்கர் ஐநூறு ரூபாய் தருவார். பணிக்கர் பங்குதாரராக இருக்கும் சீட்டுக் கம்பெனியில் நாற்பத்தியெட்டு சதவீதம் வட்டியுடன் மெதுவாக திருப்பிக் கொடுத்தால் போதும். பணிக்கர் எப்போதுமே இப்படி ஆபத்துக்கு உதவி செய்வார். மகனுக்கு இன்றே மணியார்டர் அனுப்பிவிடலாம்.

கவனமாக செலவு செய். வருமானம் குறைவாக இருந்தாலும் செலவு மட்டும் ஏறிக்கொண்டே போகிறது என்று மறக்காமல் கடிதத்தில் குறிப்பெழுத வேண்டும்.

மகன் திறமைசாலியாக இருப்பதன் கணக்கை நேர் செய்யவே அவனுக்குப் பிறகான இரண்டு மகள்களும் மரமண்டைளாகி விட்டிருந்தனர். அம்மாவைப் போலவே... ஒருத்திக்கு இப்போதே சமையிலில்தான் ஆர்வம். அப்பா தினமும் பீன்சும் கேரட்டும் காலிஃபிளவரும் வாங்கி வரவேண்டும். இன்னொருத்திக்கு மங்களம், மனோரமா, மனோராஜ்யம் போன்ற பத்திரிகைகள்... ஹூம்.... பெண் குழந்தைகளைப் படிக்கவைத்து என்ன பிரயோஜனம்?

சுதாகரப் பணிக்கர் எப்போதும் சொல்வது மனதில் கேட்டது, ‘‘நீ எங்க புது கம்பனீல ஒரு கை போடு. காலேஜ் வாத்தியாருங்க, இலக்கிவாதிங்ன்னு இருவது பேர் சேந்து ஆளுக்கு ஐயாயிரம் போட்டு, ஒரு லட்சம் முதலீடு பண்றோம். இப்பத்திக்கு பி.எப்.ல இருந்து கடன் வாங்கிக்கலாம். அது போக நம்ப பக்கத்துலயிருந்து ஒரு லட்சம் டெபாசிட் போட்டுட்டா, மொத்தம் ரெண்டு லட்சமாச்சா... அவ்ளோதான். மத்ததெல்லாம் கரெக்டா இருக்கும். நம்பள மாதிரி அரசாங்க வேலை செய்றவங்களுக்கு பொம்பளப்புள்ளங்க பொறந்தது நம்ம தப்பில்லையே? எப்பிடியாவது இந்த கஷ்டத்துல இருந்து வெளிய வந்துதானே ஆவணும்? முடியலப்பா... இதுக்கும் சேந்து நாலு காசு சம்பாதிக்க வேண்டியிருக்கு.’’

அவசர அவசரமாகக் குளித்து முடித்தார். ‘நேரம் என்னாச்சு? கடவுளே... கடிகாரமும் நின்னுடுச்சா... ச்சே.... கீ கொடுக்க மறந்துட்டேன் டைம்பீஸ் எங்கே? ’

மனைவியும் பிள்ளைகளும் இன்னும் செய்தித்தாளை கீழே வைத்தபாடில்லை. ‘இன்னைக்கு ஏன் எல்லாம் இப்படியே நடக்குது? அப்பாடா... என் மதிப்பிற்குரிய திருமதி. மனைவி இப்போது என்னை கவனித்துவிட்டாள்.’ தலையை சற்று உயர்த்தி,

‘‘ஏங்க , இங்க பாருங்களேன். திருவிழாக்குப் போன ஒரு அப்பாவி பையன வெட்டிக் கொன்னிருக்காங்க. திரிச்சூர், புதூர்க்கரையில’’ என்றாள்.

‘‘பாருங்கப்பா... பேப்பர் படிச்சீங்களா... பாருங்களேன், அந்தப் பையனோட அம்மாவ...’’

அவரால் இதற்குமேல் பொறுத்துக்கொள்ள முடியவில்லை. மணி 8.30. அவ்ளோதான். கண்டிப்பா பஸ் போய்விட்டிருக்கும். இதுக்கு நடுவுல இதுங்க வேற... பல்லைக் கடித்துக் கொண்டார்.

"புதூர்க்கரை, கொலை, போராட்டம்... நேரம் என்னாச்சு தெரியுமா? நான் ஆபீஸ் போறதா இல்லியா? என்ன நடக்குது இங்க? சாப்பாடாவது இருக்கா? இல்ல, அதுவும் இல்லையா?"

அவர் சத்தமாகக் கத்தினார். சீப்பைத் தூக்கி எறிந்தார். பின், மனதை அமைதிப்படுத்திக் கொண்டு அறைக்குச் சென்று உட்கார்ந்தார். டாக்டர் சொன்னதைக் கடைபிடிக்க எப்போதும் முடிந்ததேயில்லை. மேசையைத் தடவி மாத்திரைகளைத் தேடினார்.

"கடவுளே... எட்டு முப்பதா....! ராதா, அந்தக் கேரியரைக் கழுவும்மா. லதா, நீ தட்டுல சாப்பாடு போட்டு டேபிள் மேல வை. ஊறுகாய் டப்பா அங்கயே இருக்கு பாரு."

சமையலறை நொடியில் சூடுபிடித்துக் கொண்டது. ஆனால் அவர் அங்கிருந்து அசைவதாக இல்லை. இதற்குமேல் இன்று ஆபீசுக்குப் போவதில்லை என்று முடிவெடுத்துவிட்டார். பலவற்றிலிருந்தும் விடுபட, போகாமலிருப்பதுதான் ஒரே வழி. ஓடிச் செல்வதற்குள் பஸ் புறப்பட்டிருக்கும். அதைவிட்டால் பத்து மணிக்குத்தான். மூச்சிரைத்தபடி அலுவலகத்திற்குள் நுழையும்போது இரத்த அழுத்தம் எக்குத் தப்பாக எகிறி, பின் எல்லாமே சிக்கலாகி விடும்.

வாசலிலிருந்து செய்திதாள் எடுத்துவந்து நாற்காலியில் சாய்ந்து உட்கார்ந்தார். கண்களால் வேகமாகப் புரட்டினார்.

'ஆளுங்கட்சி பெரும்பான்மை பெறும்' 'இருமுடிக்கட்டுடன் சபரிமலையேறும் பிரபலத் திரைப்பட நடிகருக்குக் கீழே மழலை ததும்பும் ஒரு ஆண் குழந்தையின் முகம்' அவ்வளவு பெரிய செய்தி ஒன்றும் இல்லையே... கல்லூரியில் படிக்கும் ஒரு பையன் திருவிழா பார்க்க போயிருக்கிறான். அங்கேயே அவனை ஒரு கும்பல் குத்திக் கொலை

செய்திருக்கிறது. யாரோ சிலர் திடீரென அவனைச் சுற்றி வளைத்து விசிலடித்திருக்கிறார்கள். பூஜை செய்வது போல ஏதோ மந்திரங்கள் சொல்லி, நிமிஷத்தில் கத்தியால் குத்திக் கொன்றுவிட்டனர்.

இந்த சிறு செய்தி, அவருடைய குடும்பத்தையே எல்லா வழக்கமான வேலைகளிலிருந்தும் விலக்கியிருக்கிறது. இப்போது அவருடைய மனம் கொஞ்சம் லேசாகிவிட்டிருந்தது. மாத்திரை செயல்பட ஆரம்பத்திருக்கலாம். வீட்டிலிருக்கும் பெண்களுக்கு ஒன்றுமே தெரிவதில்லை. குழந்தைகளைக் கொல்வதெல்லாம் ஒரு செய்தியா?

சமித்துக் குச்சி கிடைக்காமல் யாகம் முடங்கிவிடுமா என்ன? அதெல்லாம் எங்கிருந்தாவது கிடைத்துவிடும். செய்தித்தாளை மடக்கி வைத்து கண்களை மூடி மனதை அமைதிப்படுத்தினார்.

மூத்த மகள் ராதா மெதுவாக உள்ளே வந்தாள். அவருக்குப் புரிந்து விட்டது. இது போன்ற சந்தர்ப்பங்களில் அவரை எதிர்கொள்ள மனைவி பயப்படுவாள். எத்தனையோ வருடங்களின் வெம்மையும் குளிர்மையும் ஒருவருக்கொருவர் உணர்ந்திருந்தாலும் கூட அவர் கோபப்பட ஆரம்பித்தால் மனைவி மெதுவாக ஒதுங்கிவிடுவாள். அமைதியாகிவிட்டார் என்று தெளிவான பிறகுதான் அருகில் வருவாள். அதனால் இப்போது மகளை அனுப்பியிருக்கிறாள்

"அப்பா... சாப்பாடு எடுத்து வெச்சிருக்கேன்..." மகள் மெதுவாகச் சொன்னாள்.

"அவசரம்லாம் இல்லம்மாடி, அப்பா இன்னிக்கு ஆபீஸ் போகல. லீவு போட்டுட்டேன்"

கொஞ்ச நேரத்திற்குள் மனைவி வந்தாள். பாவம்... பயந்து, வெலவெலத்துப் போயிருந்தாள். அழுவதற்கு ஆயத்தமாக இருக்கிறாள். என்பதைப் பார்த்தவுடனே புரிந்து கொண்டார். முன்பெல்லாம் அழத் தொடங்கும்போது முகம் இப்படி இருண்டதில்லை. தீப்பிழம்பு போல சிவந்துவிடும். அவர் தன் கைவிரலாலோ, ஏன் வார்த்தையாலோகூட ஒருமுறை சீண்டினாலும் மழைப்பிரவாகம் போல தேம்பிவிடுவாள்.

இரண்டு புத்தகங்கள்

''ஏன்? என்ன ஆச்சு?' அழுவது போலவே கேட்டாள். அவருக்குப் பரிதாபமாக இருந்தது. பிள்ளைகள் பக்கத்தில் இல்லை என உறுதி செய்த பிறகு அவளுடைய தோளில் மெதுவாக கைவைத்தார். ஜாக்கெட்டின் மீதாக தடவிக் கொடுத்தபடியே அவளை அணைத்தார்.

''ஒண்ணுமில்ல.... இப்ப ஜனவரி தான... நெறய கேஷ்வல் லீவு இருக்கு. கொஞ்சம் ரெஸ்ட் எடுக்கலாமேன்னு நெனச்சேன்.''

ஆனால் அவள் அழுதே விட்டாள். கெஞ்சுவது போல அவரைப் பார்த்தாள். அது முன்னால் திருமணமான புதிதில் பனிபொழியும் இரவுகளில் நட்சத்திரங்களாகவே மாறியிருந்த அவளுடைய இரண்டு கண்களை நினைவுப்படுத்தின. அவர் தன் கண்களாலேயே அவளை எதிர்கொண்டார்.

''நாம இன்னிக்கு திரிச்சூருக்குப் போகணுங்க'' என்றாள். ஒரு நிமிடம் அவர் அதிர்ந்தாலும், பின் அடக்க முடியாமல் சிரித்து விட்டார்.

''என்ன, புதூர்க்கரைக்காரி''

அவள் பதில் பேசவில்லை. அழுதபடியே அவருடைய நெற்றியில் கைவைத்து,

''காலேஜூக்குப் போகணும். நம்ம பையனை உடனேப் பாக்கணும்'' அவர் சட்டென நிசப்தமாகி விட்டார். பின் மெதுவாக மனைவியை நிமிர்த்தி ''வா... சாப்பிடலாம், அப்புறம் போலாம்'' என்றார்.

பூங்குன்றம்

குருவாயூர் செல்வதற்கான பயணத்திற்கிடையே, "மயில் வாகனம்" பேருந்து திருச்சூர் வந்தடைந்தது. வடக்கேச்சிறைக்குப் பக்கத்திலுள்ள பூவரச மரத்திற்குக் கீழே நின்று கொஞ்சநேரம் உறுமிய பிறகு, எஞ்சினை நிறுத்திவிட்டு டிரைவர் கீழே குதித்தார். டிரைவரும் கண்டக்டரும் சோடா குடிப்பதற்காக அருகிலுள்ள பெட்டிக் கடைக்குள் நுழைந்தனர். மாலை இருள் லேசாகப் பரவத் தொடங்கியிருந்தது.

பஸ்ஸைவிட்டு எல்லாப் பயணிகளும் கீழே இறங்கினர். சிவசாமி, மனைவி முத்துலட்சுமி, பிள்ளைகள் காவேரி, சின்னான் தவிர. சின்னான் நன்றாகத் தூங்கிக் கொண்டிருந்தான். மூத்தவள் காவேரி கண்களை விரித்து எல்லாவற்றையும் ஆச்சரியமாகப் பார்த்துக் கொண்டிருந்தாள். இரட்டை ஜடை பின்னி, தலைமுழுக்க பூ வைத்திருந்தாள்.

பேருந்து திருச்சூர் நகரம் முழுக்கச் சுற்றிய பின், பஸ் ஸ்டாண்டை அடைந்தது. வண்ண விளக்குகளால் தன்னை அலங்கரித்துக் கொண்டிருந்த அந்நகரம், இரவில் மேலும் அவர்களை வியக்க வைத்தது. சிவசாமி கொஞ்சம் குழம்பித்தான் போனான். குருவாயூர் போய்ச் சேர இன்னும் கொஞ்சம் நேரமாகும் என்று எப்போதோ கண்டக்டர் சொன்னது

ஞாபகமிருந்தும், அவன் இதுதான் குருவாயூர் என ஏனோ நம்பினான். உயரமான கட்டிடங்கள், வாகனங்களின் பேரிரைச்சல், ஆட்களின் இடைவிடாத நடை, சாலை எல்லாம் ஏற்கனவே தங்கவேலு சொன்னதுபோலவே இருந்தது. எதிர்பார்த்ததைவிட இன்னும் சீக்கிரமாகவே வந்து சேர்ந்ததை நினைத்து சந்தோஷப்பட்டுக் கொண்டான்.

''அப்பா... ஏறங்கிறலாம்...''

காவேரி உலுக்கியபோதுதான் சிவசாமி தன் உள்ளூ உலகிலிருந்து விழித்துக் கொண்டான். காவேரியின் கையைப் பிடித்துக் கொண்டு பேருத்தைவிட்டு இறங்கினான். சின்னானைத் தோளில் போட்டு, முத்துலட்சுமியும் உடன் இறங்கினாள்.

பூவரசமரம் பூத்துச் சொரிந்து கொண்டிருந்தது. பேருந்தைச் சுற்றி பூக்கள் இரத்தத்துளிகள் போல இறைந்து கிடந்தன. காவேரி சந்தோஷத்தை அடக்க முடியாமல் வாயைப் பிளந்து கூச்சலிட்டாள்.

''ப்பா... எவ்ளோ பூவு..!''

முத்துலட்சுமி சின்னானை எழுப்ப முயன்று கொண்டிருந்தாள். தூங்கிக் கொண்டிருக்கும் அவனைச் சுமந்தபடியே அவளால் நடக்க முடியவில்லை. எழுப்பிவிட்டால் அவனாகவே நடந்து வருவான்.

பஸ் கிளம்பியதிலிருந்தே குதூகலமாக வேடிக்கை பார்த்துக் கொண்டே வந்தான். கோவிந்தாபுரத்தில், வேறு பஸ் மாறிய பிறகு, அப்படியே சோர்ந்து தூங்கிவிட்டான். அவன் மதியம் எதுவும் சாப்பிடவில்லை. காவேரியும் தன்னால் முடிந்த அளவிற்கு அவனை எழுப்ப முயன்று தோற்றுவிட்டாள்.

''எந்திரி சின்னா... டேய்ய்... பாரு இங்க... எவ்ளோ அழகா இருக்கு பாரு...''

திருச்சூரில் மரங்கள் பைத்தியம் பிடித்ததுபோலப் பூத்துக் குலுங்கும் காலமிது. மாலை இருளும், முழுநிலவும், நகரத்தை மெல்ல மெல்ல சூழ்ந்து

கொண்டிருந்தது. பேரமைதியுடன் கம்பீரமாக கோபுரங்கள் உயர்ந்து நின்றன. தூரத்திலெங்கோ, தொடுவானில் மீதமாகிப்போன நீல வண்ணத்தின் பின்புலத்தில் வடக்குநாதனின் கோபுரம், ஓவியம் போல உறைந்து நின்றது.

"கோயில் தெரீது..!"

அதைப் பார்த்ததும் சிவசாமி வாய் பிளந்து அப்படியே நின்றுவிட்டான். கோணலான அவனுடைய வாயின் ஓரத்திலிருந்து எச்சில் வழியத் தொடங்கியது.

"அடேங்கப்பா.... என்னா அட்டகாசமாயிருக்குது...." கணவனைத் தொடர்ந்து முத்துலட்சுமியும் கோபுரத்தை நோக்கி வியந்தாள்.

"யே... யப்பா... இதா குருவாயூரு கோயிலு..?" காவேரி கேட்பது, அவன் மனதில் எங்கேயோ கேட்டது. இருக்கலாம்... அப்படித்தான் இருக்கும்... எல்லாம் தங்கவேலு சொன்னது போலவே.. அதே உயரம்... அதே அழகு... அந்த வழியே போன ஒருவனை நிறுத்தி, சிவசாமி கேட்டான்.

"அண்ணே.... அங்கத் தெரியறது குருவாயூரு கோயிலுதானே..?"

வந்தவர் ஒரு நிமிடம் திகைத்து, பின் சிவசாமியை மேலும் கீழும் பார்த்தான்.

"அது வடக்குநாதர் ஷேத்ரம். சாக்ஷாத் சிவன். இது திரிஷிராணு. குருவாயூர் எவட கெடக்கணு? இதெவடன்னு வரணதா?"

ஏதோ சொல்லிக் கொண்டே அவர் நடந்து போனார். சிவசாமிக்குப் பெரிதாக ஒன்றும் புரிந்து விடவில்லையெனினும், இது குருவாயூர் கோவில என்பது மட்டும் தெரிந்தது. காவேரிக்கும் அது புரிந்திருக்கக் கூடும். அவர்கள் மேலும் நடையைத் தொடர்ந்தனர்.

முத்துலட்சுமிக்குப் புரியவோ, புரியாமலிக்கவோ ஒன்றுமில்லை. அவளுக்கும் சேர்த்து புரிந்துகொள்ள, அவளுடைய கணவன், போதனுர்

காதுகாச்சியின், கன்னச்சாமி சிவசாமி இருக்கிறான். தன்னுடல் போல, கூடவே இருக்கின்றான். வேறெந்த சிந்தனையும் பாரமுன்றி அவள் சின்னானைச் சுமந்தவாறு நடந்தாள்.

காதுகாச்சியின் கன்னச்சாமி சிவசாமி, கோயமுத்தூர் நகரத்திலிருந்து ஆறு மைல் தொலைவிலுள்ள ராமமுதலியாரின் கரும்புத்தோட்டத்தில் வேலை செய்து கொண்டிருந்தான். முத்துலட்சுமியும், எப்போதாவது கவேரியும் அங்கே வேலை செய்தனர். சின்னானுக்குக் கரும்புதோட்டத்தில் ஒளிந்து விளையாட ஆசை. அவன் சரியான மட சாம்பிராணியேதான். கரும்பு இனிக்கும் என்பதைக் கூட புரிந்துகொள்ள முடியாதவன். ஆனால் காவேரிக்கு நன்றாகத் தெரியும். முற்றிய கரும்பின் சாறுக்குதான் இனிப்பு அதிகமென. அவள் புத்திசாலி. மதுக்கரையிலுள்ள பள்ளியில் அவள் இரண்டாவது வரை படித்திருக்கிறாள்.

"பாடம்... ஐந்து. கரும்பு. நமக்குப் பயன்தரும் பயிர்வகைகள் பல உண்டு. அவற்றுள் ஒன்று கரும்பு. கரும்பின் சாறிலிருந்துதான் நமக்கு அன்றாடம் தேவைப்படும் சர்க்கரை தயாரிக்கப்படுகிறது..."

முதல்முறை, சிவசாமி கோயமுத்தூரிலுள்ள அரசு மருத்துவமனையில் படுத்த படுக்கையானபோது காவேரி பள்ளியிலிருந்து நின்றுவிட்டாள். சின்னானை கவனித்துக் கொள்ள வேண்டும். அவனை நன்றாகவே பார்த்துக் கொள்வது என முடிவெடுத்தாள். அவன் சீக்கிரம் வளர வேண்டும். அவனுக்கென தனி மதிப்பும் மரியாதையும் கிடைக்க வேண்டும். மீசை முளைக்க வேண்டும். பிறகு ராமமுதலியாரின் கரும்புத் தோட்டத்தில் வேலைக்குப் போக வேண்டும். பிறகு அவன் தோட்டத்தில் ஒளிந்து விளையாட மாட்டான். சின்னானால் நன்றாக வேலை செய்ய முடியும் என்று எல்லோரும் சொல்வார்கள்.

முத்துலட்சுமியின் தோளில் அவன் அசையாமல் படுத்திருந்தான். அவனை எழுப்புவதற்கான அவளுடைய முயற்சிகள் ஏதும் பலிக்கவில்லை.

''கண்ணு... சின்னா... எந்திரிடா... வண்டி போறதப் பாத்தியா... அடடா... நீல வண்டிடா...''

சிவசாமியும் அவனை எழுப்பிப் பார்த்தான். காவேரி ஒரு பூவை எடுத்து அவன் மூக்கிற்கு நேராகக் காட்டினாள்.

''எளிந்திரி கண்ணா...''

மாலையின் மயக்கத்திற்கு இறுக்கம் கூடிக் கொண்டே வந்தது. எல்லாப் பக்கங்களிலும் வண்ண விளக்குகள் நகரை வெளிச்சமாக்கிக் கொண்டிருந்தன. சிவசாமியும் முத்துலட்சுமியும் மகளும் சாலையோரமாகக் கால்களை இழுத்து இழுத்து நடந்தனர். சின்னானைக் கைமாற்றிச் சுமக்க வேண்டுமென சிவசாமி ஆசைப்பட்டாலும், அவன் உடல் அதற்கு ஒத்துழைக்கவில்லை.

கூட்டத்திற்கிடையில் எங்காவது குருவாயூர் கோயில் நிச்சயம் ஒளிந்திருக்குமென அவன் நம்பினான். சட்டென அது தங்கள் முன் தெரியும். பகவானின் அருள்...

தங்கவேலு ஏற்கனவே சொல்லியிருந்தான். அவன் சாவக்காட்டில் ஒரு ஹோட்டலில் சப்ளையராக வேலை பார்த்தான். வயிற்றுப்போக்கு அதிகமாகி, அவஸ்தைப்பட்ட ஒரு நாளில், முதலாளி அவனை வேலையிலிருந்து அனுப்பிவிட்டார்.

''குருவாயூருக்கு மட்டும் போயிட்டாப் போதும். கடவுளோட சன்னிதி அது. படையல் சாப்பாடு இலவசம்'' அவன் விவரித்தான். ''கோயில் சாப்பாடு பிரமாதம்ணே... சோறு அப்படியே பூ மாதிரி இருக்கும். நெறய கொளம்பு வகயிருக்கு. சாம்பாரு, கூட்டு, அப்றம் ரெண்டு வக பொரியலு, ஊறுகா, அப்பளம், அது... இது... வயிறு மட்டும் சரியாருந்தா, எவ்ளோ வேணா சாப்டலாம்''

குளிக்க விசாலமான குளம். பணக்கார பக்தர்கள் வாரி இறைக்கும் பணம், எண்ணெய், துணி, பலகாரம், கையில் திணித்துவிட்டு செல்லும்

வழிபாட்டு சீட்டுப்படி, நெய் பாயசம், அடை, அப்பம்... ''எப்படியாவது... போய்ட்டா போதும். மீதி கடவுள் பாத்துக்குவார்''

வாசல் திண்ணையில் உட்கார்ந்திருந்த தங்கவேலுவின் விளக்கம் கேட்டு சிவசாமி மலர்ந்தான். கணவனின் முகமலர்ச்சியைக் கண்டு, முத்துலட்சுமி சின்னானைத் தூக்கி நெற்றியில் முத்தமிட்டாள்.

''கண்ணூ... உனக்கு குருவாயூரு கோயிலுக்குப் போணுமா..?''

தன் தோளிலுறங்கும் சின்னானுக்கு ஒவ்வொரு நிமிடமும் எடை கூடுவதாகத் தோன்றியது முத்துலட்சுமிக்கு. அவள் மிகவும் சோர்ந்திருந்தாள். விடியக் காலையிலேயே கிளம்பியிருந்ததால் அவளேதும் சாப்பிட்டிருக்கவில்லை. சின்னானுக்கும் ஒன்றும் கொடுக்க முடியவில்லை. முந்தின நாளே, சின்னானுக்கும் காவேரிக்கும் கேழ்வரகு அடை செய்து கொடுத்திருந்தாள். ஆனால் குருவாயூர் செல்லும் குஷியில் அவள் அதையும் சாப்பிடவில்லை.

''குருவாயூர் போயி சக்கரப் பொங்கல் சாப்டா போதும்'' என்றிருந்துவிட்டாள்.

ஏதாவது சாப்பிடக் கொடுத்தால் அவன் நிச்சயம் எழுந்துவிடுவான் என சிவசாமி நினைத்தான். அவர்களை அழைத்துக் கொண்டு எதிரிலிருந்த ஹோட்டலுக்குள் நுழைந்தான்.

அது பூங்குன்றம் தாமோதன் நாயருடைய ஸ்ரீவிலாசம் ஹோட்டல் அண்டு காப்பி கிளப். அவர் கடையைக் கழுவிப் பெருக்கி, மூடிக் கொண்டிருந்தார்.

''சாமீ... சாப்ட ஏதாச்சும் கெடைக்குமா..?''

தாமோதரன் நாயர் நிமிர்ந்தார்.

''ராத்திரியாயி, இப்பொ ஒண்ணும் இல்ல. உண்டாக்கியாலும் செலவாகில்ல, உச்சய்க்கு ஊணுண்டாகும். மீன்பொரியும், பீஃபும், எந்தெங்கிலும் ஒரு ஸ்பெஷல் அயிட்டமும்''

"சாப்பாடத் தவுத்து வேற ஏதாவது..?"

"இப்ப நாங்க கட அடச்சு. இனி வியாபாரம் சரியல்லல்லோ"

ஏமாற்றத்துடன் சிவசாமி எழுந்தான். காவேரியும் கூடவே எழுந்தாள். அவர்கள் வெளியேறும் முன் தாமோதரன் நாயர் கூப்பிட்டார்.

"வா அண்ணாச்சி... குட்டிகளுக்கு எந்தெங்கிலும் கொடுக்காம். அவ வல்லாண்டாயி. பாவம்... வியாபாரம் இல்லன்னு சொன்னா, காசுக்குக் கொடுக்கில்ல. அவ்ளோதான். காசு இல்லாமக் கொடுக்காலோ..."

காய்ந்து போன பன்னுகளும் பாலும் மேசைமீது வைத்தார் நாயர். சின்னானை எழுப்பி அதைச் சாப்பிட வைக்க அவனுடைய அப்பாவும் அம்மாவும் அவர்களால் இயன்றவரை முயற்சித்தனர். அங்குமிங்கும் சாய்ந்து வீழ்வதைத் தவிர அவன் விழிக்கவேயில்லை. முத்துலட்சுமி புரியாமல் சிவசாமியைப் பார்த்தாள்.

"அவன்ட கள்ள உறக்கமா அது. சமயம் ஆயிட்டில்லாலோ?" தாமோதரன் நாயர் லேசாகச் சிரித்தார்.

காவேரியும் வேண்டாமெனச் சொல்லிவிட்டாள். சின்னான் விழித்தால் கொடுப்பதற்காக இரண்டு துண்டுகளைப் பையில் போட்டுக் கொண்டாள். நாயரைப் பலமுறைக் கைகூப்பி வணங்கியும் சிவசாமிக்குத் திருப்திப்படவில்லை. கடைசியாகக் கைகூப்பிவிட்டு நிமிரும்போது அவனுடைய கண்கள் கலங்கியிருந்தன. முத்துலட்சுமியும் சேலை நுனியால் தன் கண்களைத் துடைத்தாள்.

பின் அவர்கள் வெகுதூரம் நடந்து கொண்டேயிருந்தனர். இரயில்வே கிராஸை நெருங்கியபோது சிவசாமி ஒரு நிமிடம் திகைத்து நின்றான். முத்துலட்சுமி முன்னே நடந்தாள். இரயில்வே கிராஸ் கடந்து, அவர்கள் வடக்கு நோக்கி நடந்தனர். நல்ல நிலா வெளிச்சம். நிலவொளியில் தண்டவாளங்கள் மின்னின.

சின்னானைச் சுமந்தபடியே நடந்ததால் முத்துலட்சுமி மிகவும் சோர்ந்திருந்தாள். மூச்சு வாங்கத் தொடங்கியது.

"முடியல... செத்த உக்காரணும்"

இரயில்வே லைனுக்கு அருகிலிருந்த ஒரு பூமரம் தண்டவாளத்திற்குத் தன்னிடமிருந்து சிவப்புப் பூக்களை ஒவ்வொன்றாக வீழ்த்திக் கொண்டேயிருந்தது. சில்லென்ற இரும்பு இருக்கை அவளுக்கு ஆறுதல் அளித்தது. மடியில் சின்னான் தளர்வாகப் படுத்திருந்தான்.

இரவு அதன் பேரமைதியை முழுவதுமாக உள்வாங்கத் தொடங்கியிருந்தது. நகரத்தின் இரைச்சல் அடங்கிவிட்டது. கரும்புத் தோட்டங்களைச் சுற்றி, மலை கடந்து வந்த, மண்வாசம் கொண்ட காற்று முத்துலட்சுமியைத்தீண்டியழைத்தது. சூரியகாந்தித் தோட்டங்கள் காற்றின் உச்சத்தில் தன்னையிழந்து ஆட்டம் கொண்டன. புளியமரத்திற்குக் கீழேயுள்ள அவர்களுடைய கூரையில் சின்னானின் பம்பரத்தை சொருகி வைத்ததை அவள் ஏனோ நினைத்துக் கொண்டாள்.

காற்றில் இருட்டின் முகம்பார்த்து அவர்கள் உட்கார்ந்திருந்தனர். பின்னிரவில் எப்போதோ அப்பாவின் மடியில் படுத்து காவேரியும் தூங்கிவிட்டாள். தூக்கத்திற்கிடையில் அம்மாவின் விசும்பலும் அப்பாவின் பேச்சும் அவளுக்குக் கேட்டது. ஆழ்த்த உறக்கத்தில் அவள் கோணலாகச் சிரித்தாள்.

பூங்குன்றத்தைப் பற்றி மறுநாள் பத்திரிகைகள் இவ்வாறு எழுதின. "இரயில்வே வரைபடத்தில் பூங்குன்றத்தின் முக்கியத்துவம் குறைந்து கொண்டே வருகிறதா? மேம்பாலம் அமைக்கப்படுமா என்பதே சந்தேகம்தான். குருவாயூர் லைன் வரும்போதே பூங்குன்றம் ஒரு ஜங்க்ஷனாக மாறவேண்டியது. இப்போது மனிதர்கள் தற்கொலைக்குத் தேர்ந்தெடுக்கும் இடமாக மாறிவிட்டது. வடக்கேயுள்ள அந்த ஆள் நடமாட்டமற்ற இடத்தை நிரவிவிட்டு ஸ்டேஷனை ஏன் அகலப்படுத்தக் கூடாது?"

பத்திரிக்கையாளர்கள் பூங்குன்றத்தைப் பற்றி எழுத மிகுந்த ஆர்வம் காட்டினர். வக்கீல் அச்சுத மேனோன் பூங்குன்றத்தில் இரயிலிறங்கினார். தமிழ் பிராமணர்கள் தொடர்ந்து மதராசுக்குப் பயணம் செய்தனர்.

அக்ரகாரங்களில் கோலமிடும்போது கண்ணாடி வளையல்களின் ஓசை கேட்டது. இளம் மஞ்சள் நிறமான அதிகாலையில் சூடான ஒரு டீயுடன் திருச்சூர்வாசிகள் செய்தித்தாளைப் புரட்டினர். அப்பூமரச் சுவட்டில் பூக்கள் அவர்களின் இரத்தத் துளிகளைப் போலச் சிதறிக் கிடந்தது.

லட்சுமியின் கைகள்

லட்சுமிக்கு என்றுமே தன் வாழ்க்கை ஒரு பெரிய விஷயமாகவே தோன்றியதில்லை. அவளுடைய நினைவு முழுவதும் மழை பெய்து நீர் நிறைந்த வயல்களைப் பற்றியதாகவே இருந்தது. வயலைத் தழுவும் காற்றைப் பற்றியும் நெல் விளையும்போது வரும் கிளிகளைப் பற்றியும் அவள் நினைத்தாள். அவளுடைய வீடு மூன்று பக்கங்களிலும் புஞ்சை நிலங்களால் சூழ்ந்தது. ஒவ்வொரு காலத்திலும் காற்று அதற்கே உரிய வாசனையோடு வீசும். மழைக் காலத்தில் வரப்பை உடைத்துக்கொண்டு வரும் தண்ணீர், வீட்டு வாசலை நனைத்துச் செல்லும்.

பல வருடங்களுக்கு முன்னால் ஒரு விடியற்காலையில், மழைநின்று தண்ணீர் வடிந்து விட்டிருந்த புஞ்சை நிலத்திலிருந்து மெலிந்து வெளிறிப் போன ஒருவன் அவள் வீட்டிற்கு வந்திருந்தான். ஜோல்னாப் பையை நெஞ்சோடு சேர்த்து அணைத்துப் பிடித்திருந்த அவனைச் சுற்றி வயலின் மண்வாசனை நிறைந்திருந்தது. அவனுக்கு வாலிப வயதிருக்கலாம். வெள்ளைச் சட்டையில் அங்கங்கே சேறு படிந்து, எங்கேயோ உருண்டு விழுந்ததில் கால் முட்டிகளில் இரத்தமும் சேறுமாக இருந்தது. ஆவணிமாத அதிகாலைக் காற்றில் லேசாகத் தள்ளாடியபடியே அவன் வாசலில் நின்றிருந்தான். சமையலறையின் மூங்கில் கழிகளினூடாக லட்சுமி

அவனைப் பார்த்தாள். அவனுடைய மிரண்ட பார்வையும் வெடவெடப்பும் அவளுக்குச் சிரிப்பை வரவழைத்தது. அடுப்பில் அலைந்து கொண்டிருந்த தீயின் வெளிச்சத்தில் வெண்ணெய் போன்ற அவளுடைய முகத்தை ஒரு நிமிடம் இவனும் எதிர்கொண்டான். ஆனால் அவனுடைய பார்வை ஒரு இடத்தில்கூட நிலைக்கவில்லை.

சாணி மெழுகிய வாசல் திண்ணையில் உட்கார்ந்திருந்த அவளுடைய அம்மா, அவனை அருவருப்பாகப் பார்த்தாள். எதையோ முணுமுணுத்தபடியே, ''யாரு?'' என்று சத்தமாகக் கேட்டாள். அவனுடைய வறண்டுபோன தொண்டையிலிருந்து அவ்வளவு சீக்கிரம் வார்த்தைகள் வெளிவரவில்லை.

''எனக்குக் கொஞ்ச நேரம் படுக்கணும்'' என்று பதட்டமாகச் சொன்னான். அம்மா திடுக்கிட்டு எழுந்தாள்.

''என்னது? படுக்கறதா? என்னய்யா பேசறே?''

''இல்லீங்க. நான் தூங்கிப் பத்து நாளாச்சு. தூக்கம் கண்ணுலயே நிக்குது. பைத்தியம் புடிக்கற மாதிரி இருக்கு''

''அதுக்கு?''

''உள்ள ஒரு பாய் போட்டுக் குடுத்தீங்கன்னா, கொஞ்ச நேரம் தலைய சாச்சுட்டுப் போயிடறேன்''

''என்ன தைரியம் உனக்கு? ஆம்பளங்க இல்லாத வீடுன்னு தெரிஞ்சுக்கிட்டு இப்டி பேசறியா?''

அவனால் பதில் பேச முடியவில்லை. நின்றபடியே கண்கள் தாமாக மூடிக்கொண்டன. சட்டென உணர்வு வந்தவனாய் கண்களைச் சிரமப்பட்டு திறந்து அம்மாவைப் பார்த்து பரிதாபமாகக் கேட்டான்.

''ஒரு டம்ளர் சுடுதண்ணி தரீங்களா?''

''கேக்கறதுக்கு யாரும் இல்லன்னு நெனைச்சுட்டியா? செதலி ராமன்குட்டிய கேள்விப்பட்டிருக்கியா?''

''இல்ல''

''எக்ஸ் மிலிட்டரி. ஆறடி ஒயரம். மீசையை முறுக்கினார்னா கொச்சி மகாராஜாவே நடுங்குவாரு, என் நாத்தனாரோட அண்ணன். கௌம்பு இங்கருந்து''

கஞ்சிக்காகக் கொதித்துக் கொண்டிருந்த உலையிலிருந்து ஒரு டம்ளர் ஊற்றிக் கொண்டு லட்சுமி வாசலுக்கு விரைந்தாள். அவன் மடக்கெனக் குடித்து தொண்டை சுட்டதுபோல வாய் திறந்தான்.

''உள்ள வாங்க'' டம்ளரை வாங்கியபடியே அவள் சொன்னாள்.

''லச்சுமீ... உன் திமிரு ஏறீட்டே போகுது. இவன் யாரு, என்னன்னே தெரியல. திருடனோ, ஏமாத்துக்காரனாவோ இருந்தா? வெளிய தொரத்திடு அவன'' அம்மா வாசலில் இறங்கி நின்று கத்தினாள்.

''அம்மா நீங்க கொஞ்சம் சும்மா இருக்கீங்களா?'' என்றாள் லட்சுமி. உள்ளே நுழைந்தவுடன், வெறுமனே தரையில் போட்டிருந்த பாயில் அவன் அப்படியே சாய்ந்துவிட்டான். ஜோல்னாப் பையைத் தலையில் வைத்து ஒரு பக்கமாகத் திரும்பி, வளைந்து படுத்துத் தூங்கிவிட்டான்.

வாசலிலிருந்த குடையைக் கையிலெடுத்துக் கொண்டு அம்மா வெளியே கிளம்பினாள்.

''லச்சுமீ... இனி நீயாச்சு, உன் பாடாச்சு. உன் இஷ்டத்துக்குப் பண்றதெல்லாம் என்னால பாக்க முடியல. ஆச்சாரமான குடும்பம் நம்மளுது. கல்யாண வயசாயிடுச்சு உனக்கு. வழில போற ஆம்பளங்கள உள்ள கூப்பட்டு வச்சு கவனிக்கறியே. கடவுளே...'' கோபமாகக் கத்தினாள்.

அம்மா போனபிறகு லட்சுமி வாசற்படியிலேயே உட்கார்ந்து அவன் தூங்குவதைப் பார்த்துக் கொண்டிருந்தாள். கால்முட்டிகள் தாடியோடு சேர்த்து, உடலை வளைத்துத் தூங்குகிறான். விழுந்து சிராய்த்த இடத்திலிருந்து இரத்தம் வேட்டியில் படர்ந்திருந்தது. கால்களில் ஒட்டியிருந்த சேறு காய்ந்து போயிருந்தது.

அவனுடைய முகம் மிகவும் சுருங்கி, அங்கங்கே கறுத்துப் போயிருந்தது. சில இடங்களில் மட்டும் சின்னச்சின்ன முடியுடன் கூடிய அந்த முகம் நனைந்துபோன ஒரு சுண்டெலியைக் கண்முன் நிறுத்தியது. தூங்கும்போதும் மனதில் ஏதோ அசௌகரியமாக உணர்வதை, சுழிந்த மேலுதடு வெளிக்காட்டியது. ஒரு பக்கமாகச் சரிந்திருக்கும் முடியில் செம்மண் படிந்திருந்தது. அவள் அறைக் கதவை மூடினாள்.

ஏனோ ஒருவித பயம் உள்மனதைச் சூழ்ந்தது. கஞ்சியை இறக்கி வைத்துவிட்டு வீட்டிலிருந்து இறங்கி நடந்தாள். மழைநீர் வடிந்து, சேறு நிறைந்த வயலில் வெயில் சிறுகீறலாய் பாய்ந்தது. புல்லும் களைகளும் அங்கங்கே தலைக்காட்டின. மஞ்சள் வாழைகள் வேர் அழுகிய நிலையில், சுயம் கேவலப்பட்டு அவளைப் பார்த்தன.

வயலைத் தாண்டினால் அந்தப் பக்கமிருப்பது பாம்புக்காடு என்று அவள் கேள்விப்பட்டிருக்கிறாள். அடர்ந்த மரங்களுக்கிடையில் இருட்டாக இருந்தது. அசைவற்றிருந்த கிளைகளுக்குக் கீழே அவள் சென்றதும் வௌவால் கூட்டமாகச் சிறகடித்துப் பறந்தன. கரியிலைகளும் பாலைப் பூக்களும் கல்லாங்குத்திற்குப் போர்வை போர்த்தியிருந்தன.

''அவன் திருடனோ... போலீசோ... என்ன வேணா இருக்கட்டும், தூங்கியெழுந்து நேரா கௌம்பிப் போயிட்டா போதும். கடவுளே...'' திடீரென மனதில் நினைத்துக் கொண்டாள்.

மழைக்காலம் முடிந்ததால், அவளைப் பெண் பார்க்க பல இடங்களிலிருந்தும் வரத்தொடங்கியிருந்தனர். தினமும் ஊரணியில் சென்று குளிர்ந்த நீரில் தலைக் குளித்து, துவைத்த நேர்த்தியான உடையணிந்தாள்.

நேற்றுகூட, கோவில் பக்கத்திலிருந்து ஒரு பெரியவர் வந்திருந்தார். சிவந்த கல் கடுக்கன், சந்தனத்திலும் குங்குமத்திலும் நெற்றியில் பட்டை, கரைவைத்த தலைப்பாகை, மிதியடி என பார்க்கவே மதிப்பாக இருந்தார். லட்சுமி, மண்ணைக் கிளைத்து சேனை நட்டுக்கொண்டிருந்தாள். பெரியவர் அவளருகில் சென்று குடையைத் தரையில் குத்தி நின்றார்.

''இந்த மாதிரி நெலத்துல எறங்கி மண்ணுல வேல பாக்கற ஒரு பொண்ணுதான் என் பையனுக்கு வேணும். எங்களுக்குப் பத்து சென்ட் நெலமும் ஒரு வீடும் இருக்கு'' என்றார்.

வீட்டிற்குப் போகவே பயமாக இருந்தது. நேரம் மதியமாகிவிட்டது. லட்சுமி சமையற்கட்டைத் தாண்டி அவன் தூங்கிக் கொண்டிருக்கும் அறையின் கதவில் காதை வைத்துக் கேட்டாள். யாரோ பேசுவது போன்ற சத்தம். படபடப்பாகக் கதவைத் திறந்தாள்.

அவன் காய்ச்சலில் முனகிக் கொண்டிருந்தான். சுருண்டு படுத்தபடியே உடல் நடுங்கியது. பற்களின் உதறலுக்கிடையே அவன் ஏதோ சொன்னான்... அவளுக்குத் தெளிவாகக் கேட்கவில்லை.

''என்ன..?!''

''உம்....'' மீண்டும் முனகினான்...

அவள் பேசாமல் நின்றாள். சிறிது நேரம் கழித்து தூக்கம் கலையாமலேயே அவன் கேட்டான்.

''அம்மாவா?''

அவளுக்குப் பாவமாக இருந்தது. கண்கள் கலங்கின. பக்கத்தில் சென்று, அவனுடைய நெற்றியில் கைவைத்துப் பார்த்தாள். கொதிக்கிறது.

''அம்மாவா?'' அவன் மீண்டும் கேட்டான்.

''ஆமா....'' என்றபடியே அவள் வேகமாக சமையற்கட்டிற்குச் சென்று சுக்கும் மிளகும் இடித்து காப்பி வைத்தாள். ஆவி பறக்க. அதைக் கொண்டு சென்று அவனை எழுப்பினாள்.

தூக்கக் கலக்கத்தில் சுதாரித்துக் கொள்வதற்காக, சுற்றுமுற்றும் மிரட்சியோடு பார்த்தான். பின் அவளை உற்று நோக்கி, வெட்கியபடியே மழுப்பலாகச் சொன்னான்.

''முடியல...''

‘‘பரவால்ல, இந்தக் காப்பியக் குடிங்க. கொஞ்சம் சரியாயிடும்’’

அவன் அதை வாங்கி ஊதிக் குடித்தான். அவள் கதவைப் பாதி சாத்திக்கொண்டு அதன் பின்னால் சாய்ந்து நின்று கேட்டாள்.

‘‘ஏன் நீங்க இப்டி பம்மி பதுங்கி நடக்கறீங்க?’’

அவன் அவளை நேராகப் பார்த்தான். அந்தப் பார்வையைக் கண்களால் உள்வாங்கி, அவள் இதயம் வேகமாகத் துடித்தது. மனதில் எங்கோ மின்னல் பாய்ந்தது. முண்டின் முந்தானையால் தன் மார்பை மறைத்துக் கொண்டாள்.

‘‘என்ன போலீஸ் தேடறாங்க. கையில மாட்டுனா, அடிச்சேக் கொன்னுடுவாங்க’’

‘‘அப்ப நீங்க நெஜமாவே திருடன்தானா?’’ பதட்டமாகக் கேட்டாள்.

‘‘நான் திருடன் இல்ல, அந்தப் பக்கம் பனையேறிங்களோட போராட்டம் நடக்குதுல்ல, போராட்டம் துவங்கி ரெண்டு மாசம் ஆச்சு. மிலிட்டரிக்காரங்களும் இப்ப உள்ள வந்துட்டாங்க. அவங்க ஒவ்வொரு வீடா அடிச்சு நொறுக்குறாங்க. ஆம்பளங்க யாருமே இப்பொ அங்க இல்ல’’

‘‘நீங்களும் பனையேறியா?’’

‘‘இல்ல. நான் பத்திரிகையில வேல பாக்கறேன். திருச்சூர்ல நாங்க ஜீவராகம்னு ஒரு பத்திரிகை நடத்திட்டு இருக்கோம். ஒரு மாசம் ஆச்சு நான் இங்க வந்து. என் பேருல ரெண்டு கேசு வேற இருக்கு. கள்ளு ஏத்திட்டு போற பரிசலை ஆத்துல கவுத்ததுக்கு ஒண்ணு, கொல செஞ்சதா இன்னொண்ணு அவன் சிரித்தான். ‘‘என்னாலப் போயி தென்ன மரத்துலல்லாம் ஏற முடியுமா?’’

அவன் ஜோல்னாப் பையைத் திறந்து தடவிப் பார்த்தான். பின்பாக்கெட்டில் துழாவி ஒரு பீடியைக் கையிலெடுத்தான். கடைசியாக இருந்த அந்த பீடியும் நனைந்து போயிருந்தது. அவனுடைய முகவாட்டத்தைப் பார்த்து அவள் கேட்டான்.

''பீடி வேணுமா?''

''இங்க இருக்கா?''

''இருக்கும்... என் அம்மாவுக்குப் பீடி புடிக்கற பழக்கம் இருக்கு''

சொல்லியபடியே அவள் ஒரு பீடியைத் தேடி எடுத்துக் கொடுத்தாள்.

''இப்பதான் நிம்மதியா இருக்கு'' பீடி இழுத்துக்கொண்டே சொன்னான்.

''இவ்ளோ நாளா நீங்க எங்க இருந்தீங்க?''

''ஒரு வாரமா இந்த நெலத்துலதான் இருந்தேன்''

''இங்கயா?'' அவள் ஆச்சரியப்பட்டாள்.

''அப்பொ எங்கப் படுப்பீங்க?''

''வரப்புல தான் படுப்பேன். பகல்ல ஆத்தங்கரையில நடப்பேன். ஆத்துல நெறய மீன் இருக்குல்ல. வெறாலு, கரிமீன், பளபளன்னு பரலுமீன். அவங்களோட பேசிட்டு இருப்பேன். எனக்கு வானம் பார்க்க ரொம்பப் பிடிக்கும். நீல வானத்துல வெள்ள வெள்ளயா மேகம், ராத்திரியில விதவிதமா நட்சத்திரம்....''

அவள் சிரித்தே விட்டாள். ''ஆமா... ஆமா... வானத்துல திருவிழா நடக்குது பாருங்க''

''உன் பேரென்ன?'' அவன் பட்டெனக் கேட்டான். மீண்டும் அவனுடைய பார்வை அவள் கண்களைத் தீண்டின.

''யாரு பேரு? என் பேரா?''

''இங்க வேற யாரும் இல்லியே?''

''லட்சுமி'' அவள் வேகமாக வெளியே இறங்கினாள். வீட்டின் மேற்கு மூலையில் சென்று நின்று மூச்சிரைத்தாள். காய்ச்சல் அடிப்பதுபோலத் தோன்றியது. கழுத்தில் கைவைத்துப் பார்த்தபோது சூடாக இருந்தது.

சில நிமிடங்களுக்குப் பிறகு அவன் வாசலில் இறங்கி இவளருகில் வந்தான். அவளுடைய கையை லேசாகத் தொட்டான். அவள் பின்வாங்கவில்லை. இரண்டு கைகளையும் சேர்த்துப் பிடித்தான். அவனுடைய மெலிந்து வெளிறிய கைகள் அப்போது குளிர்ந்திருந்தன. தலை தாழ்த்தி அவள் கைகளில் முத்தமிட்டான்.

''நான் கெளம்பறேன். கொஞ்ச நேரத் தூக்கத்துக்கும், ஒரு வாய் காப்பிக்கும், அந்த பீடித்துண்டுக்கும் உன்னோட அன்புக்கும் ரொம்ப நன்றி''

அவன் கண்கள் நிறைந்திருந்தன. அவன் ஸ்பரிசித்த தன் கைகள் காற்றில் கரைவது போல அவள் உணர்ந்தாள். தலை குனிந்தபடியே நின்றுகொண்டிருந்தாள். அவன் தொடர்ந்தான்.

''அப்புறம் ஒரு விஷயம். போராட்டம் முடிஞ்சா, நான் உயிரோட இருந்தா, கண்டிப்பா இங்க வருவேன். அது வரைக்கும் இந்தப் பையை பத்திரமா வெச்சுக்க. பயப்பட வேணாம். இதுல வெடிகுண்டெல்லாம் இல்ல. எல்லாம் எங்க கட்சியோட புஸ்தகங்க தான். ஒருவேள நான் வரலன்னா இத எரிச்சுடு. தொறந்து பாக்காத''

அவன் பையை அவளிடம் கொடுத்துவிட்டு புஞ்சை நிலத்திற்கான பாதையில் நடந்தான். வயலில் வெயில் ஏறத் தொடங்கியிருந்ததால் காற்றில் வெப்பத்தை உணர முடிந்தது. நீர் வடிந்த பாத்திகளில் ஆம்பல் பூத்திருப்பதால் காற்று நல்ல வாசனையைச் சுமந்து வீசியது. அவன் கொடுத்த பையை அவள் தன் இரும்புப்பெட்டிக்கு அடியில் பத்திரப்படுத்தினாள். மாதங்கள் பல கடந்துவிட்டன. அவன் திரும்ப வரவில்லை. பனையேறிகளின் போராட்டம் முடிந்ததென்றும், ராணுவம் திரும்பிச்சென்று விட்டது என்பதையும் யாரோ சொல்லித் தெரிந்து கொண்டாள்.

இதற்கிடையில் அவளுடைய திருமணமும் நிச்சயமாகியிருந்தது. மாப்பிள்ளை பந்தல் வேலை செய்பவர். வண்ணக் காகிதங்களில் பூ செய்வது, காவடிக்குப் பூ அலங்காரம் செய்வது என பலவற்றிலும்

பிரபலமான ஆள்தான். ஒருமுறை திருவம்பாடிக்குப் பந்தல் போட்டதற்காக ஜகன்னாதன் மில் வேட்டியும், சான்டோ பனியனும் பரிசாகப் பெற்றவர்.

லட்சுமியைப் பெண் பார்க்க வந்தபோது, இளம் மஞ்சள்நிற வாயில் துணியில் ஜிப்பா போட்டிருந்தார். அதனூடாக சான்டோ பனியன் மெலிதாகத் தெரிந்தது.

''பந்தல் வேலக்காரங்களுக்கு எப்பயும் சாப்பாடு செய்ய வேண்டியிருக்கும்'' அவர் அவளுக்கு ஞாபகப்படுத்தினார்.

அவளுடைய அம்மா அவரிடம், ''கிருஷ்ணன்குட்டீ, என் பொண்ணுன்னு சொல்லல, நீ கல்யாணம் பண்ணிக்கப்போற பொண்ணுங்கறதுக்காகவும் சொல்லல... அவளமாதிரி அடக்கம், மரியாதை, வேல தெரிஞ்ச பொண்ணு இந்த கொச்சி மாகாணத்துல உனக்குக் கெடைக்க மாட்டா'' என்று பெருமைப்பட்டுக் கொண்டாள்.

திருமணம் முடிந்து, புகுந்த வீட்டிற்குப் போவதற்கு முந்தின நாள் இரவில் அவள் இரும்புப் பெட்டியிலிருந்து அந்தப் பழைய ஜோல்னாப் பையை எடுத்தாள். அதைப் பிரித்துப் பார்க்கமாலிருக்க அவளுக்கு மனம் வரவில்லை.

ஆனால் அதில் கட்சி புத்தகங்களோ, பத்திரிகைகளோ ஏதும் இல்லை. பை முழுக்க, கட்டுக்கட்டாக இன்லேண்டில் எழுதப்பட்ட கடிதங்கள்தான் இருந்தன. அவனுடைய அம்மா அவனுக்கு எழுதியவை. ஒன்றை மட்டும் பிரித்துப் படித்தாள். அவளுக்கு எல்லாவற்றையும் வேகமாக வாசித்துவிடுகிற அளவுக்குப் படிப்பில்லை. மிகவும் சிறிய கையெழுத்து வேறு.

''என் தங்கத்திற்கு அம்மா எழுதுவது. இங்க நான் நிம்மதியா வாழ்க்கையை அனுபவிச்சுட்டிக்கேன்னு நீ நெனச்சுட்டிருப்பே. அப்படில்லாம் இல்லப்பா.... இந்தப் பெரிய வீட்டுல நெறய வேலக்காரிங்க இருக்காங்க. அதுல நானும் ஒண்ணு. ராத்திரீல அந்தாளு கூட ஒரே படுக்கையில படுக்கறேன். அவ்ளோதான். என்னால முடியல மகனே....

ஒவ்வொரு பருக்கைச் சோற்றையும் வாயில வெக்கும் போதும், உன் கண்ணுதான் மனசுல வருது. தயவு செஞ்சு அம்மாவ வந்து கூட்டிட்டுப் போயிடுப்பா. கொஞ்சம் என்மேல மனசு வை''

இப்படிப் பல கடிதங்கள் ஒவ்வொரு இன்லேண்ட் கடிதம் முழுக்க எழுதப்பட்டிருந்தன. மூலையில் கோணலாக, ''இப்படிக்கு, உன் அம்மா'' என்று வளைத்து எழுதப்பட்டிருந்தது.

வருடங்கள் ஓடிவிட்டன. லட்சுமிக்கு இரண்டு ஆண் குழந்தைகள் பிறந்து அவர்களும் இப்போது வளர்ந்து விட்டனர்.

ரத்தப்புற்றுநோயால் பாதிக்கப்பட்டு, அவள் அரசு மருத்துவமனையிலிருந்து வீட்டிற்குக் கொண்டு வரப்பட்டாள். வீட்டின் பின்வாசலில் அவளைப் படுக்க வைத்திருந்தனர். அங்கே எப்போதும் மெல்லிய காற்று வீசிக்கொண்டே இருந்தது.

அவளைப் பார்க்க ஆட்கள் வந்தபடியே இருந்தனர். வாசலில் நின்று அவளை ஒரு பார்வை பார்த்துவிட்டு சோகத்துடன் திரும்பிச் சென்றனர். கணவரின் மடியில் தலைவைத்து அவள் படுத்திருந்தாள். ஆட்கள் கூட்டமாக வாசலில் வந்து நிற்கும் வேளைகளில், அவள் அவருடைய மடியில் முகம் அமர்த்தித் தேம்பினாள். அவரும் அழுதார்.

பிள்ளைகளும் மற்றவர்களும் அருகில் இல்லாத அபூர்வமான ஒரு வேளையில் அவள் கணவரிடம் கேட்டாள்.

''நான் ஒண்ணு சொல்லட்டுமா?''

''என்ன லட்சுமீ...?''

அவள் மெல்லப் பேச ஆரம்பித்தாள். ''நம்ப கல்யாணம் முடிஞ்ச அன்னிக்கு ராத்திரி, நாம எல்லா விஷயங்களும் ஒருத்தருக்கொருத்தர் பேசிக்கிட்டோம்ல? கொல்லத்துல வேலைக்குப் போன காலத்துல நடந்ததெல்லாம் நீங்க எங்கிட்ட சொன்னீங்கல்ல?''

''அதெல்லாம் இப்பொ எதுக்கு லட்சுமீ?'' அவருடைய கண்கள் கலங்கின.

"ஒரு விஷயம் மட்டும் நான் இப்பவரைக்கும் உங்ககிட்ட சொல்லல"

"இப்ப ஒண்ணும் சொல்ல வேணாம் லட்சுமீ, நீ கடவுள மனசுல நெனச்சுக்கோ நிம்மதியாப் படு"

"என் கையப் பாருங்களேன்" அவள் தன் இரு கைவிரல்களையும் விரித்து அவருக்கு நேரே நீட்டினாள்.

"என்ன? கை வலிக்குதா?"

"இல்ல"

"இப்ப வயிறு வலிக்கறமாதிரி இருக்கா?"

"இல்லீங்க... இப்போதான் நிம்மதியா இருக்கு" அவள் கண்களை மூடிப் படுத்தாள்.

இரண்டாம் குஞ்ஞுவறீது

பாலப்புறம் குஞ்ஞுவறீதுக்கு ஒவ்வொன்றாகப் புரிய ஆரம்பித்தன. இது முடிவின் ஆரம்பம். பைபிளில் சொன்னது போலவே எல்லாம் நடக்கிறது. முத்திரைகள் திறக்கப்பட்டன. சூரியன் கரும்போர்வையாக இருண்டது. நிலவில் இரத்தம் தோய்ந்தது. கொடுங்காற்றில் உலைந்து நட்சத்திரங்கள் அத்திப்பழங்கள் போல பூமியில் விழுந்தன. பெருமழையையும் காற்றையும் பொருட்படுத்தாமல் தேவதூதன் குஞ்ஞுவறீதைத் தேடி வந்தான்.

துபாய்மூலைத் தெருவில் சென்று வீடு தேடி அலைந்தான். தேவதூதனைப் பார்க்கவே பரிதாபமாக இருந்தது. மைதீன்குஞ்ஞும் லோகிதாக்ஷனும் சேர்ந்து அவனை வழி தவற எவ்வளவோ முயற்சித்தும் ஒன்றும் பலிக்கவில்லை. தேவதூதன் படியேறி வீட்டினுள் வந்தான். குஞ்ஞுவறீது முட்டிபோட்டு வணங்கி நெற்றியை முன்னால் நீட்டிக் காட்டினார். அவருடைய நெற்றியில் கடவுளின் பெயரால் நல்லவர்களுக்கு மட்டுமேயான அடையாள முத்திரை சார்த்தப்பட்டது. குஞ்ஞுவறீது அதைத் தொட்டுப் பார்த்து உறுதிப்படுத்திக் கொண்டார்.

எண்ணற்ற கொம்புகள் முழங்கின. தேள் போன்ற கொடுக்குகள் உள்ள வெட்டுக்கிளிகள் பூமியை நோக்கிப் பறந்து வந்தன. மனிதன் மரணத்தை விரும்பினபோதும், அவனால் அதைக் கண்டடைய முடியவில்லை.

பாலப்புறம் குஞ்ஞுவறீது மட்டும் தன் மெத்தையில் ஆழ்ந்து தூங்கிக் கொண்டிருந்தார். இதுவரை அனுபவித்திராத சுகம் அவரைச் சூழ்ந்திருந்தது. முழக்கங்கள் தொடர்ந்தபடி இருந்தன. தூக்கத்திற்கிடையே குஞ்ஞுவறீது எண்ணினார். ஒன்று... இரண்டு... மூன்று... டெலிபோன் சத்தம் அவரை எண்ணுவதை நிறுத்தி எழுப்பியது.

தூக்கம் கலைந்து படுக்கையில் படுத்தபடி குஞ்ஞுவறீது ஓயாமல் ஒலித்த சத்தத்தைக் கேட்டுக் கொண்டிருந்தார். பொள்ளாச்சியிலிருந்து லோனக்குட்டியாக இருக்கலாம், அல்லது கனடாவிலிருந்து டோளி, ஸ்ரீநகரிலிருந்து சிஸ்டர் மெர்லின், அதுவுமில்லையென்றால் அரமனையிலிருந்து ஃபாதர் ஜோஸாக இருக்கலாம். மீண்டும் மீண்டும் டெலிபோன் ஒலித்துக் கொண்டேயிருந்தது.

நேரம் இன்னும் நான்கு மணி ஆகியிருக்கவில்லையென்று குஞ்ஞுவறீது உறுதிப்படுத்திக் கொண்டார். அதற்கு இன்னும் பதினைந்து நிமிடங்கள் இருப்பதால், இப்போதே எழுந்திருக்க வேண்டிய அவசியமில்லை.

ஒவ்வொன்றிற்கும் ஒரு நேரம் என்றிருக்கிறது. அதில் எதுவும் தவறக்கூடாது. பகல் தூக்கம் நான்கு மணிவரை என்று வகுக்கப்பட்டிருக்கிறது. அறையில் மூங்கில் நாற்காலியில் வெள்ளை உடையணிந்து மனைவி அன்னக்குட்டி உட்கார்ந்திருப்பதைப் பார்த்தார். அவள் பொறுமையாக துணி தைத்துக் கொண்டிருக்கிறாள். அவளுடைய உடையைப் போலவே தலைமுடியும் நரைத்து வெளுத்திருந்தது. அவர் அவளுடைய நெற்றியை உற்றுப் பார்த்தார். முத்திரை ஏதுமில்லை.

தேவதூதன் வந்தபோது அன்னக்குட்டியைக் கூப்பிடவில்லையே என்ற குற்றவுணர்ச்சி அவரை வேட்டையாடியது. அவள் கடவுள் சாட்சியாக அவரோடு இணைக்கப்பட்டவள். கூப்பிட்டிருந்தாலும் பிரயோஜனமில்லை என்று குஞ்ஞுவறீது நினைத்துக் கொண்டார். அவளுக்கு இரண்டு காதுகளும் கேட்காது. அதனால் கொம்புகள் முழங்கும்போதும் அவளால் கவனம் சிதறாமல் தைக்க முடியும். அவளுடைய கண்களின் நுட்பம் ஆச்சரியப் படுத்தக்கூடியது.

கடைசியாக டெலிபோன் சத்தம் நிலைத்தது. அறையில் முன்பை விடவும் அமைதி பரவியது. அந்த அமைதியைக் கலைத்தபடி அவர் மெதுவாக எழுந்து, குளியலறைக்குச் சென்று முகம் கழுவினார். வண்ணமயமான யூரோப்பியன் குளோசெட்டின் மூடியை வெறுமனே திறந்துப் பார்த்து மூடிவிட்டார்.

அறைக்குத் திரும்பியபோது மேஜைமீது ஒரு கோப்பை காப்பி காத்திருந்தது. கோப்பையைச் சுற்றிலும் பூக்கள் பொறிக்கப்பட்டிருப்பதைப் பார்த்த குஞ்ஞுவறீது இந்த காப்பியைக் குடிக்க வேண்டாமென முடிவெடுத்து உடை மாற்றத் தொடங்கினார்.

அந்நேரம் ஏனோ தைப்பதிலிருந்து கவனம் சிதறி, அன்னக்குட்டி அவரைப் பார்த்தாள். உடை மாற்றுவதைக் கண்டதும் அவள் மீண்டும் தலைகுனிந்து தைக்கத் தொடங்கினாள். ஆடைகளை அவிழ்த்தவுடன் உள்ளாடையிலிருந்து பழமையான ஒரு வாடை அறையெங்கும் வீசியது. ஆழ்ந்த யோசனையில் மூழ்கியது போல ஓரிரண்டு முறை குறுக்கும் நெடுக்கும் உலாத்தினார். அவருடைய உடல் மிகவும் வெளிறி மெலிந்து போயிருந்தது. பின்னர் துவைத்து மடித்து வைத்திருந்த வெள்ளைச் சட்டையை அணிந்துகொண்டு, அதில் ஒரு பழைய தங்க பட்டனைப் பொருத்தினார். சிங்கத் தலையுடன் கூடிய வாக்கிங் ஸ்டிக்கைக் கையிலெடுத்துக் கொண்டார்.

வாசல் தாண்டியவுடன் கூண்டுகளிலிருந்து பலவிதமான நாய்கள் குஞ்ஞுவறீதைக் கடித்துக் குதறும் ஆக்ரோஷத்தோடு சத்தமாகக் குரைத்தன.

"தூ... நாய்க்குப் பொறந்ததே..." அவர் முணுமுணுத்தார். பூந்தோட்டத்தைக் கடந்து கேட்டைத் திறந்து மாலை நடைக்காக வெளியே கிளம்பினார். வானம் தெளிந்து மெல்லிய காற்று வீசுகிற அமைதியான மாலைப் பொழுது. தெருவில் நிறையபேர் நடந்து கொண்டிருந்தனர். மாட்டை ஓட்டிப் போகுபவர்கள், புல்கட்டு சுமந்து செல்பவர்கள், மரவள்ளிக் கிழங்கும் கருவாடும் வாங்கிப் போகுபவர்கள் எனப் பலரும் முத்திரையில்லாத நெற்றியுடன் குஞ்ஞுவறீதைக் கடந்து சென்றனர்.

அனைவரும் அவரை வணங்கியபோதும் அவர் அதைப் பெரிதாக பொருட்படுத்தவில்லை.

பல வருடங்களுக்கு முன்னால் இதே தெருவில் இதே மரியாதையோடு குஞ்ஞுவறீதின் அப்பா மாலைகளில் இப்படி நடப்பதுண்டு. அவர் சட்டை அணிந்திருக்கவில்லை. சாராயக் கடையில் உட்கார்ந்து சாப்பிடுவதற்காக வறுத்த மீன் துண்டு ஒன்றை, வேட்டி முனையில் முடிந்து வைப்பது அவருடைய வழக்கமாக இருந்தது.

குஞ்ஞுவறீது வியாபாரத்தில் கொடிகட்டிப் பறந்த காலங்களில் அப்பா குஞ்ஞுவறீது ஒருவித மீன் வாடையோடு இருந்தார். அப்போதெல்லாம் குஞ்ஞுவறீது தன் அப்பா ஓர் அழுகிய மீனென்றே நினைத்துக் கொள்வார். கடை வாசலில் வந்து நிற்கும் அப்பாவிடம் குஞ்ஞுவறீது,

''போ... இங்கிருந்து'' என்று எரிந்து விழுவார்.

ஆனால் அந்தக் காலத்தில் உலகம் அழிவதற்கான எந்த அறிகுறியும் இருந்திருக்க வில்லை. மனிதர்கள் சமாதானமாக வாழ்ந்தனர். பெண்கள் மட்டும் குற்றவுணர்வோடு பிரசவித்துப் பெருக்கினர்.

தெருவிலிருந்து குஞ்ஞுவறீது ஒரு வீட்டு வாசலுக்கு ஏறிச் சென்றார். வியாபாரம் செய்திருந்த காலத்தில் தன்னிடம் கடன் வாங்கி, திருப்பித் தராமல் போன நடப்பள்ளி கோருக்குட்டியின் குடிசையின் முன்னால் நின்றார். கோருக்குட்டிக்கும் வயதாகிவிட்டது. குடிசை வாசலில் கால் நீட்டி, போர்வை போர்த்தி, கூனிக் குறுகி உட்கார்ந்திருந்தான். அவன் கண்களில் பீளை கட்டியிருந்தது. குஞ்ஞுவறீதைப் பார்த்தும் அவன் எழுந்திருக்கவில்லை. பார்த்ததாகக் கூட காட்டிக் கொள்ளவில்லை.

''நீ, இன்னும் அந்தப் பணம் குடுக்கலல்ல?''

''தரேன்'' கோருக்குட்டி எந்த முகமாற்றமுமில்லாமல் சொன்னான். குஞ்ஞுவறீது கோலூன்றியபடியே வாசலில் கொஞ்சநேரம் நின்றபின் தெருவிலிறங்கி நடந்தார்.

'மொதலு இருவது, நூத்துக்கு முப்பத்தாறு சதம், அஞ்சு வருஷம், முப்பத்தாறும் இருவதும் மொத்தமா அம்பத்தியாறு... குத்துகூலி நாலு' குஞ்ஞுவறீது மனதிலேயே கணக்கு போட்டுக் கொண்டிருந்தார்.

எட்டடிப் பாலமும் ஷீஜா டாக்கீசும் கடந்து அவர் காட்டூர்ச் சந்தையை அடைந்தபோது மாலை ஐந்துமணி ஆகிவிட்டிருந்தது. ஒரு கனவிற்குப் பிறகு என்பதைப் போல காட்டூர்ச் சந்தை விழித்துக் கொண்டது. கடைகளில் வியாபாரம் பரபரப்பாக நடந்து கொண்டிருந்தது. சரக்கேற்றி வந்த லாரிகள் உருமியபடியே காத்துக்கிடந்தன. சோப்பு, கருவாடு, தேங்காயெண்ணெய் எனக் காற்றில் கலவையான வாசனை பரவியது.

குஞ்ஞுவறீது அன்ட் சன்ஸ் என்ற மளிகைக் கடையின் முன்னால் அவர் நின்றார். அந்தப் பெரிய கடையில் பிரித்ததும், பிரிக்காததுமான சாக்கு மூட்டைகள் கண்ணுக்கு எட்டிய தூரம்வரை அடுக்கி வைக்கப்பட்டிருந்தன. கையில்லாத பனியனும் லுங்கியும், கழுத்தில் ஜெபமாலையும் அணிந்த மெலிந்த வேலையாட்கள் மூட்டைகளுக்கிடையே அவசர அவசரமாக நகர்ந்தனர். வாசலில் போடப்படிருந்த மேஜைக்குப் பின்னால் நாற்காலியில் மகன் குஞ்ஞுவறீது உட்கார்ந்திருந்தான். ஒரு டேபிள்ஃபேன் சத்தமாகச் சுழன்று கொண்டிருந்தாலும் காற்றை வென்றபடி ஈக்கள் முகத்திற்கு நேரே சுற்றிக் கொண்டிருந்தன. கடையின் முன்னாலிருந்த கால்வாய் நீர் தேங்கி நின்று நாற்றமடித்தது. குஞ்ஞுவறீது அதில் துப்பிவிட்டு பின் கோலை ஊன்றியபடியே வாசலில் காத்து நின்றார்.

பல வருடங்களுக்கு முன்னால் குஞ்ஞுவறீதின் அப்பா, பெட்டிக் கடைக்கு முன், மேல் சட்டையணியாமல் காத்திருந்த காலங்களில் இப்படியொரு கால்வாய் இருந்திருக்கவில்லை. நீர் தேங்கி நிற்கவில்லை, அழுகிய மீனின் மணத்தைத் தவிர வேறு வாசனையேதும் இருந்திருக்கவில்லை.

மகன் குஞ்ஞுவறீதுக்கு வேலை நெருக்கடியான நேரம் இது. ஹோல்சேல் குடோனுக்கு பூண்டும் வெங்காயமும் மூட்டைகளில் இறங்கிக் கொண்டிருந்தன. ஒரு தமிழ்ச் செட்டியார் எழுதிக் கொடுத்த

கணக்குகளை இனிமேல்தான் சரிபார்க்க வேண்டும். வேலையாட்கள் எழுதிய பில்லுகளை மறுபடியும் கூட்டிப் பார்க்க வேண்டும். பணம் வாங்கிப் பெட்டியில் அடுக்க வேண்டும். இதனிடையே ஆட்கள் வந்தபடியே இருந்தனர்.

நீண்ட நேரம் காத்து நின்ற பின் குஞ்ஞுவறீது மெல்ல அழைத்தார்.

''டேய்...''

மகன் குஞ்ஞுவறீது லேசாக நிமிர்ந்து, உதாசீனமாகப் பார்த்துவிட்டு மீண்டும் கணக்கு பார்க்கத் தொடங்கினான். அதற்குள் கடைக்குப் பெரிய மனிதர்கள் சிலர் வந்ததும், அவன் எழுந்து நின்று அவர்களை வணங்கினான். மேஜைக்கு முன்னால் போடப்பட்டிருந்த நாற்காலிகளில் வந்தவர்கள் உட்கார்ந்தனர். படகுப் போட்டிக்கான சந்தாத்தொகை வாங்குவதற்காக, டெபுட்டி தாசில்தார் மாதவமேனோனும், பஞ்சாயத்துத் தலைவர் ஓசேப்பு வாத்தியாரும் அவர்களுடைய ஆட்களும் வந்திருக்கிறார்கள். மெலிதாகப் புன்னகைத்தபடியே வந்த விஷயத்தை விவரித்தனர்.

''இதுல இப்ப யோசிக்க என்ன இருக்கு? எவ்ளோ வேணுமோ எழுதிக்கோங்க வாத்தியாரே. படகுப்போட்டீங்கறது நம்ம கலையாச்சே...'' மகன் குஞ்ஞுவறீது ஆர்வமாகச் சொன்னான்.

இதற்கிடையில் வந்தவர்களும் அவனும் பேசியபடியே டீ குடித்தனர். ரசீது எழுதிக் கொடுத்து பணம் பெற்றுக்கொண்ட பின் அங்குமிங்கும் கைகூப்பி வணங்கி அவர்கள் விடைபெற்றனர். அவன் மீண்டும் கணக்கு புத்தகத்தில் மூழ்கினான். கடைவாசலில் நின்று கொண்டிருந்த குஞ்ஞுவறீது லேசாக இருமினார். பின் பரிதாபமாக அழைத்தார்.

''டேய்...''

மகன் குஞ்ஞுவறீதுக்கு இப்போது கோபம் வந்துவிட்டது. எழுத முடியாத ஒரு கெட்டவார்த்தையை அவன் உச்சரித்தான். ஆத்திரத்தோடு சில்லறை போடுகிற பெட்டியைத் திறந்து ஆறு ரூபாய் அறுபது பைசாவை

எண்ணியெடுத்தான். இரண்டாவது முறையும் அதை எண்ணிச் சரிபார்த்த பிறகு, மேஜையின் மூலையில் வைத்தான். குஞ்ஞுவறீது நகர்ந்து சென்று அந்தப் பணத்தையெடுத்து அவரும் இரண்டுமுறை எண்ணிப் பார்த்தபின் திரும்பி நடந்தார்.

கடைத்தெருவில் ஆட்களின் கூட்டம் திக்கு முக்காடியபடியே நகர்ந்து கொண்டிருந்தது. தெரு விளக்குகள் மின்னிமின்னி எரியத் தொடங்கின. கானோலிக் கால்வாயில் வெளிச்சம் பரவியது. சந்தையிலிருக்கும் கள்ளுக்கடையை ஆட்கள் தேன்கூட்டைப் போல மொய்த்தனர். குஞ்ஞுவறீது உள்ளே சென்று தன் இடத்தில் உட்கார்ந்தார். அங்கே நல்ல வெளிச்சமும் பேச்சு சத்தமுமாக இருந்தது. ஒரு பாட்டில் கள்ளும் ஒரு தட்டு மத்திமீன் குழம்பும் அவர்முன் வைக்கப்பட்டது. மீன் குழம்பைத் தொட்டு நக்கியபடி கள்ளைக் குடிக்கத் தொடங்கினார். யாரோ ஒருவன் எங்கிருந்தோ சொன்னான்.

''யாருப்பா இது? குஞ்ஞுவறீது மொதலாளி தானே? ஆளு ரொம்ப அதிஷ்டசாலிதான். என்னா வாழ்க்க? வியாபாரம் எல்லாத்தையும் பசங்களுக்கு விட்டுக் குடுத்துட்டாரு. அவங்க என்னடான்னா, நல்லா முன்னேறிட்டாங்க. இனிமே என்ன? குடிக்கறது, சாப்பிடறது, தூங்கறதுதான்'' சொன்னவன் சத்தமாகச் சிரித்தான். பின்னால் யாரோ கூச்சலிட்டார்கள். ஒரே சத்தம். ஒன்றும் தெளிவாக விளங்கவில்லை. சால்னாக்கடை நாராயணியைக் குஞ்ஞுவறீது கவனித்தார். அவள் மேலும் சற்று சதை போட்டிருக்கிறாள். நிறமும் கூடியிருக்கிறது. நடக்கும்போது தளதளவென்றிருந்தாள். 'ஆனாலும் என்ன? உப்புக்கு அதனோட ஒறப்பு நஷ்டமாயிட்டா என்ன பிரயோஜனம்?' என்று அவர் நிராசைப்பட்டார்.

நாராயணி அவரருகே வந்து கேட்டாள்.

''உங்களுக்குப் புடிச்ச ஒரு அயிட்டம் இருக்கு. அவிச்ச ஆட்டுக் கொடலு. ஒரு தட்டு கொண்டு வரட்டா?''

''என்ன வெலை?''

''ரெண்டு ரூபா''

குஞ்ஞுவறீது ஒரு நிமிடம் யோசித்துப்பார்த்துப் பின் சொன்னார்.

"வேணாம்"

"வயசாயிடுச்சுல்ல, தின்னா வயித்துல தங்காது போல" லேசாகக் குழைந்து, வார்த்தையில் பொடி வைத்து நாராயணி சொன்னாள்.

குஞ்ஞுவறீது ஒன்றும் பேசவில்லை. அவர் மீன் இருந்த தட்டைக் கையிலெடுத்து அதன் கடைசிச் சொட்டையும் நாக்கால் துடைத்தார். மெல்லிதாக ஒரு ஏப்பம் அங்கே கேட்டது.

அடுத்தநொடி தன் முன்னால் ஆவி பறக்க ஆட்டுக்குடல் கறி வைக்கப்பட்டிருப்பதை குஞ்ஞுவறீது பார்த்தார். ஆச்சரியத்தில் அவர் கண்கள் விரிந்தன.

"சாப்டுங்க குஞ்ஞுவறீச்சா" சத்தம் எங்கிருந்து வந்ததென்று தெளிவாகப் புரியவில்லை. முன்னாலுள்ள கறியைத் தவிர வேறொன்றும் கண்ணில் படவேயில்லை.

"யாரு?"

"குஞ்ஞுவறீச்சனுக்கு மறந்துருச்சா? நான்தான் குஞ்ஞிப்பாலு" அவருக்கு அப்போதும் புரியவில்லை. எதிரில் யாருமே தெரியவில்லை. குரல் மட்டும் எங்கிருந்தோ கேட்டுக் கொண்டிருந்தது.

"குஞ்ஞிப்பாலு... முன்னாடி உங்க கடையில வேல பாத்தேனே... இப்ப ஞாபகம் வருதா?" அவன் மீண்டும் நினைவுபடுத்த முயற்சித்தான்.

ஆமாம். ஞாபகம் வருகிறது. தினமும் வீட்டிலிருந்து கடைக்கு குஞ்ஞுவறீதுக்கு மதியச் சாப்பாடு கொண்டு வந்திருந்தது குஞ்ஞிப்பாலுதான். ஒருநாள் மதியம் சோற்றுப் பாத்திரத்தைத் திறந்து பார்த்தபோது மேல்தட்டில் வறுத்த பன்றி இறைச்சி காலியாகியிருந்தது. நடுத்தட்டிலிருந்த கரிமீன் குழம்பும் கீழ்த்தட்டிலிருந்த சோறும் காலியாகியிருந்தது. குஞ்ஞிப்பாலு உண்மையைச் சொல்லிவிட்டான்.

"வழியில நான்தான் அத சாப்பிட்டேன்"

அதன்பிறகு குஞ்ஞிப்பாலு எங்கே போனான்? யாருக்குத் தெரியும்? ஞாபகமில்லை.

மீண்டும் எங்கிருந்தோ குரல் மட்டும் கேட்டது.

''சாப்பிடுங்க, குஞ்ஞுவறீச்சா...''

''போடா...'' அவர் பாத்திரத்தையெடுத்துத் தூக்கியெறிந்தார். அது எங்கே போய் விழுந்ததோ?

''காலணாவுக்கு மத்தி சாப்பிட்டு, பாத்திரத்தத் தூக்கி வீசறதப் பாரு. இப்பயும் பெரிய மனுஷன்னு நெனப்பு. தூ... கருமம்...'' நாராயணியின் புலம்பல் தொடங்கிவிட்டது.

கணக்குப் பார்த்து ஆறு ரூபாய், அறுபது பைசாவை எண்ணி எடுத்துக் கொடுத்து அவர் வெளியே இறங்கினார். நன்றாக இருட்டி விட்டிருந்தது.

இருட்டும் குளிருமிருந்தாலும் குஞ்ஞுவறீதின் கண்கள் தெளிந்தன. இருட்டில் தைரியமாக நடந்தார். பல வருடங்களுக்கு முன்னால் அப்பா குஞ்ஞுவறீது தன் மீன் நாற்றத்தைச் சுமந்து நடந்து போகும்போது தெருவில் நிலா வெளிச்சம் பிரகாசித்தது. இப்போது நிலவு உதித்த போதிலும், அது இரத்தம் புரண்டு நிறம் மங்கி இருண்டிருந்தது. நெற்றியில் முத்திரையிருந்ததினால் பாலப்புறம் இரண்டாவது குஞ்ஞுவறீது மட்டும் எப்படியோ தப்பித்துவிட்டார்.

ஆத்மாக்களின் ரயில்பெட்டி

வெயில் மங்கும் நேரத்தில்தான், வடக்கு நோக்கிச் செல்லும் பெரும்பாலான ரயில்வண்டிகள் பாரதப்புழையைக் கடக்கின்றன. கோடையில் பற்றியெரிந்த வெயிலுக்குப் பிறகு, சூழல் பிரம்மை பிடித்தது போலாகிவிடும். புதிதாக மங்கலான வெளிச்சம் உலகைப் பொதிந்து கொள்ளும். நீரற்றுக் காய்ந்துபோன ஆற்றில் அந்த நேரம், எங்கிருந்தோ லேசான காற்று வீசும்.

"இதுதானே அந்த எடம்?"

ஜன்னலுக்குப் பக்கத்தில் உட்கார்ந்திருந்த வயதான பெண், அவளுடைய கணவனிடம் கேட்டாள். ரயில் பாலத்தைக் கடக்கும்போதான இரைச்சலால், அவள் மீண்டும் ஒருமுறை கேள்வியைக் கேட்டாள்.

ஓரளவிற்குச் சத்தமாகவும் அதைவிட சைகையிலும் கணவர் பதில் கூறினார்.

"இதில்ல. அது திருநாவாயா. அங்க ஆத்துல பாலம் கெடயாது"

ஆமால்ல, என்பது போல அவள் தலையாட்டினாள். இருந்தாலும் ஆற்றையே பார்த்துக் கொண்டிருந்தாள்.

இந்த கம்பார்ட்டுமெண்ட்ல் பெரும்பாலானவர்கள் திருச்சூரிலிருந்து ஏறியவர்கள். தொலைதூரப் பயணத்திற்கான வண்டியில் உட்கார்ந்தால் மனிதர்கள் நெடுநேரம் மௌனமாகி விடுகிறார்கள். தன்னிடமே கேள்வி கேட்கிறார்கள். தனக்குத்தானே பதில் சொல்லிக் கொள்கின்றனர். எத்தனைமுறை பயணித்திருந்தாலும், வாளையாறு கடப்பதுவரை, என் மனதில் லேசான வேதனையிருக்கும். சுயம் தொலைந்து விடுவதாகத் தோன்றும்.

''நீ யார்?'' என்று கேட்கத் தோன்றும். தெற்கு வடக்காக ஓடும் வண்டிகளில் நெடுங்காலமாக நான் என்னைக் காண்கிறேன். கம்பார்ட்மெண்ட்டைத் தேடி, பெட்டியைத் தூக்கியபடி பிளாட்பார்மில் பதற்றமாக ஓடுகிறேன். ஏன் இப்படி அலை பாய்கிறேன்? பின்னிரவில் திரும்பி வருகிற ஏதோவொரு வண்டியிலிருந்து கல்லேற்றும்கரை ஸ்டேஷனில் இறங்குகிறேன். ஆளரவமற்ற குளிர்ந்த பிளாட்பார்மினூடே நடந்து இருட்டில் மறைகிறேன்.

''கிருஷ்ணனுக்கு எவ்ளோ குடுத்தீங்க?''

அவள் மறுபடியும் கேட்டாள். கணவன் ஒரு கையின் ஐநது விரல்களையும் விரித்துக் காட்டினார். அது சற்று கூடுதல் என்பதை அந்தப் பெண்ணின் முகம் வெளிக்காட்டியது. அவள் ஒன்றும் பேசாமல் எதையோ சிந்தித்தபடியிருந்தாள்.

உலகத்தை அவள் ஏதோவொரு சகிப்பின்மையுடனேயே எதிர்கொள்கிறாள். மிகவும் மெலிந்த உருவம். பாதிக்கும் மேலே நரைத்துவிட்ட முடி, அவளுடைய உடல்வாகுக்கு நன்றாகவே பொருந்திப் போகிறது. பற்கள் தேய்ந்திருந்ததால் பேசும்போது லேசாக புத்திசுவாதீனமுள்ளவள் போலத் தோன்றும். முதுமையினால் உண்டாகிற வெட்கம் உடலில் இழையோடியது. கணவனை ஸ்பரிசிக்காமல் ஜன்னல் கம்பிகளைப் பிடித்துக்கொண்டு உட்கார்ந்திருக்கிறாள்.

''எல்லாத்தையும் கிருஷ்ணன்தானே பாத்துப்பாத்து பண்ணான்? சாப்பாடு நூறு பேருக்குன்னாலும் ஐநூறு பேருக்குன்னாலும் இப்பல்லாம்

ஒண்ணுதான். அப்றம் திருநாவாயா வரை ஜீப்பு செலவு, அங்க தட்சணை, கோயில் செலவு. இப்பல்லாம் சும்மா வெளிய ஏறங்கனாலே செலவுதானே?''கணவர் தன் செயலை நியாயப்படுத்தி, கொஞ்சம் குரலை உயர்த்திப் பேசினார்.

''எல்லாம் பாத்துப் பண்ணாங்கதான். இருந்தாலும் ஒரு வீட்டுக்குத் தேவையான சாமானெல்லாம் கிருஷ்ணனுக்குச் சும்மாவே கெடச்சிருச்சில்ல. யாராவது அதுக்கெல்லாம் கணக்கு பாத்தோமா? மொளகா, மல்லியெல்லாம் விடுங்க. பெட்டி, படுக்கை, கட்டிலு, அலமாரி, ஃபேன், கூடை, கரண்டி, துணிமணி, பாத்திரங்க, மனைகட்டை வரைக்கும்... தமயந்திக்கும் ஒரு பங்கு போயிருக்குமே, இல்ல? அப்பவே அவமேல உங்களுக்குத் தனிப்பாசம் இருந்துச்சுல்ல?'' கணவரைக் கண்களால் நேரிடாமலேயே அவள் எப்போதும் பேசுகிறாள். பேசாத போதும்கூட அவளுடைய பார்வை வெளியில் எங்கேயோ, வெயில்மங்கும் வயல்களையும், ஆற்றையும் பார்த்தபடி இருக்கிறது.

கணவர் அதற்குமேல் பதிலேதும் பேசவில்லை. பயணத்திற்கான ஏற்பாடு அவரை முற்றிலும் சோர்வடையச் செய்திருந்தது. எப்போதோ டை அடித்திருந்ததால் இப்போது முடி மூன்று நிறங்களிலிருந்தது. இளைஞர்களைப் போல, பேண்ட்டும், புள்ளி வைத்த சட்டையும் அணிந்திருந்தார். நரைத்த கொம்பு மீசையிருந்தாலும், அதனடியில் துருத்திக் கொண்டிருந்த பற்கள், முகத்தைக் களையிழக்கச் செய்தன. இடையிடையே அவருக்கு சிகரெட் பிடிக்க வேண்டுமென்பதால் அதில் எனக்கு ஏதாவது பிரச்சனை இருக்கிறதா என்று கேட்டுக் கொண்டார்.

''இப்ப இருக்கற பசங்கள்ல சிகரெட் புடிக்கறவங்க கம்மிதான். நான் டெல்லியில் அரசாங்க வேலைல இருக்கேன். ரிட்டயர் ஆவறதுக்கு இன்னும் ஒரு வருஷம்தான் இருக்கு. மூணு புள்ளைங்க. ஒருத்தன் அமெரிக்காவுல, ஒருத்தன் யு. ஏ. இ - ல, பொண்ணு டெல்லிலதான். ஆனா அவளும் அவ புருஷனும் வேலைல இருக்கறதுனால, எப்பவாச்சும்தான் பாக்க முடியுது. தனிமைதான் என் வாழ்க்கைல நான் சம்பாதிச்சது''

அவர் பேச்சில் பெரும் ஆர்வமுடையவராக இருந்தார். நான் வெறுமனே கேட்டுக் கொண்டிருந்தால் மட்டுமே போதுமானதாக இருந்தது அவருக்கு. மனைவி பேச்சில் கலந்து கொள்வதோ குறைந்தபட்சம் அதைக் கேட்பதாகவோ கூட காட்டிக் கொள்ளமாட்டாள். பலவிதமான தின்பண்டங்களுடன் கேட்டரிங் ஆட்கள் கடந்து செல்லும்போது, அவளுடைய தலை கொஞ்சம் உயரும். உளுந்து வடை, சமோசா, கட்லெட், தக்காளி சூப், ஆம்லெட், தோசை என எல்லாவற்றையும் கணவர் அவளுக்காக ஆர்டர் செய்துவிடுவார். ரயில் பயணங்களுக்கிடையில் இவையெல்லாம் கட்டாயமாக சாப்பிட்டே ஆகவேண்டியவை என்ற தோரணையில் சாப்பிடுவாள்.

''எனக்கு டிராவல்ல சாப்பிடவே புடிக்காது. கொஞ்சம் ரம் மட்டும் இருந்தாப் போதும். இப்பவே ஒண்ணு உள்ள எறங்கிருக்கு. உங்களுக்கும் தரட்டுமா? மிலிட்டரி சரக்கு''

நல்ல வேளையாக, பக்கத்து இருக்கைகளில் யாருமில்லை. டீ கொண்டு வந்த பிளாஸ்டிக் கப்பில், கடுப்பமேறிய ரம்மை ஊற்றி எனக்குத் தந்தார்.

''தண்ணி மிக்ஸ் பண்ண எடமில்ல. கொஞ்சம் குடிச்சிட்டு, தண்ணிய தனியா குடிச்சிங்கன்னா போதும்'' அவர் அறிவுறுத்தினார்.

ராத்திரியாகிவிட்டதால் வெளிக்காட்சிகள் நிலைத்துவிட்டன. அந்தப் பெண் தன் பையிலிருந்து போர்வையை எடுத்து, அவளுக்கான சைடு பெர்த்தில் விரித்தாள். பழைய ரிப்பனை எடுத்து தலைமுடியைச் சேர்த்துக் கட்டினாள். சப்பணமிட்டு உட்கார்ந்து கொஞ்சநேரம் அமைதியாக பிரார்த்தனை செய்தபின் தலையணையை எடுத்து ஊதத் தொடங்கினாள்.

''சாப்டற நேரத்துக்குக் கூப்பிடுங்க'' என்று கூறிப் படுத்துவிட்டாள்.

''இவங்களுக்கு காது கொஞ்சம் கேக்காது. ரயில்ல மொத தடவயா வராங்க. அந்தப் பதட்டம் கொஞ்சமிருக்கு''

நான் ஆச்சரியப்பட்டேன். இவ்வளவு காலமாக டெல்லியில் வேலை செய்கிற ஒருவர், உத்தியோகத்தின் கடைசி வருஷத்தில்தான் மனைவியைத் தன்னுடன் கூட்டிச் செல்கிறார்.

''உங்களுக்கு ஆச்சரியமா இருக்குல்ல? இருக்கும். நமக்கு முன்னாடி நேரா தெரியறது மட்டுமில்ல எதார்த்தம். சொல்லப்போனா எதார்த்தத்துக்கு இன்னொரு பக்கமிருக்கு. நாம இப்ப ரயில்ல போயிட்டிருக்கோம்னு சொன்னா ஒரு வகையில அது சத்தியம்தான். ஆனா, இதுக்கு வேற சில அர்த்தங்களுமிருக்கு.

இங்க படுத்திருக்கற பொம்பள என் பொண்டாட்டிங்கறது சரிதான். ஆனா அது சரியோட ஒரு பக்கம். மறுபக்கம், என் பொண்டாட்டி செத்துட்டாங்கறதுதான். சாவுதானே இருக்கறதுலயே மிகப் பெரிய சத்தியம். சத்தியத்தோட சத்தியம்''

ரம் அவருடைய தலையில் முழுவதுமாக ஏறியிருக்கிறது. இடையில் என்னைப் பார்க்கிறார் என்றாலும், அவருடைய பேச்சு ஏதோ அசரீரியுடன் பேசும் தோரணையிலிருக்கிறது. நடுநடுவே, பேச்சு நிலைத்து நினைவுகளில் தொலைந்துவிடும். நான் எழுந்து போய்விட்டால் கூட அவர் பேசிக் கொண்டேயிருக்க வாய்ப்பிருக்கிறது. யாராவது கேட்க வேண்டுமென்ற கட்டாயமில்லை.

''ரயில்ல போகும்போது சிகரெட் புடிக்கறதுதான் கஷ்டமான காரியம். நான் அப்போல்லாம் ஒரு செயின் ஸ்மோக்கர். ஓரளவுக்குத் தண்ணியும் அடிப்பேன். ரெண்டு வருஷத்துக்கு முன்னால ஹார்ட்ல கொஞ்சம் பிரச்சனை ஆயிடுச்சு. அப்றம் டாக்டர் சொல்லி எல்லாத்தையும் நிறுத்திட்டேன். தோ... இப்ப மறுபடியும் தொடங்கிடுச்சு. ஏன்னா நிறுத்தறதுல ஒரு பிரயோஜனமும் இல்லன்னு புரிஞ்சுகிட்டேன். என் பொண்டாட்டி தவம் மாதிரி வாழ்ந்தா. கறியும் மீனும் சாப்பிடமாட்டா. எண்ணெயில பொரிச்சதத் தொடமாட்டா. உப்பு, புளிகூட சேத்துக்கல. ஆனாலும் கடைசீல கணையத்துல கான்சர் வந்திடுச்சு. ஒரு வருஷம் வலி பொறுத்துக்கிட்டா. அவளப் பாத்தா வலிக்கற மாதிரில்லாம் தெரியாது. தெனமும் காலைல குளிச்சு, நல்லா உடுத்திக்கிட்டு, தலை சீவிப்பா. அப்றம் நாள் முழுக்க கட்டில்லயே படுத்திருப்பா. உதட்டுல எந்நேரமும் ஒரு சிரிப்பு இருக்கும். புள்ளைங்க வந்திருந்தப்ப கூட அவங்ககிட்ட, 'கவலப்படாதீங்க.

இந்தப் படுக்கை வாழ்க்கையோட ஒரு கட்டம்தான். இதுல ஒரு நிம்மதியிருக்கு'ன்னு சொன்னா''

அவர் மீண்டும் ரம் பாட்டிலைத் திறந்தார்.

''உங்களுக்கு இன்னொன்னு வேணுமா?''

நான் வேண்டாமெனச் சொல்லிவிட்டேன். ஏற்கனவே சாப்பிட்ட ரம்மின் தொண்டை எரிச்சல் இன்னும் சரியாகவில்லை. ஆனாலும் கொஞ்சமும் போதையேறவில்லை. இப்போதெல்லாம் மது என் உடலில் தோற்றுப் போய்விடுகிறது.

அவர் மேலும் பேசத் தொடங்கினார்.

''என் மனைவி ஆறு மாசம் முன்னாடி எங்க சொந்த ஊருல செத்துட்டா. அன்னிக்கு ரெண்டு ஆம்பளப் பசங்களாலயும் வரமுடியல. ஒருத்தன் ஒரு மாசத்துக்கு முன்னாடிதான், அவளுக்கு ஒடம்பு ரொம்ப மோசமானப்போ வந்து பாத்துட்டுப் போனான். ரெண்டாவது பையனுக்கு லீவு கெடக்கல. அதனால அஸ்தி கரைக்கறதக் கொஞ்சம் பெருசாப் பண்ணிக்கலாம்னு விட்டுட்டோம். ரெண்டு வாரத்துக்கு முன்னாடி திருநாவாயா ஆத்துல நடந்துச்சு. திருநாவாயா ஆறு மணல்பரப்புன்னுதான் பேரு. ஆனா, ஆத்துல வெறும் கல்லும், புல்லும், எலும்புக்கூடும், பிளாஸ்டிக்கும் மட்டும்தான் இருக்கு. என் மூத்த மகன் அஸ்திக் கொடத்தோட ஆத்துல மூழ்கறதுக்கு பெரும்பாடுபட்டான். பாவம். அவன் அம்மா இருந்திருந்தா இதுக்கெல்லாம் ஒத்துக்கவேமாட்டா...

புள்ளங்கல்லாம் அன்னிக்கே போயிட்டாங்க. நான் அதுக்கப்புறமும் ரெண்டு வாரம் அங்கயே இருந்தேன். வீட்ட சுத்தம் பண்ணிப் பூட்டி வக்கணும்ல. கொஞ்சம் நெலமிருக்கு. அதுல வாழை, சேனை, சேப்பங்கிழங்கு எல்லாமே இருக்கு. நெலத்தப் பாத்துக்கவே ஓராளு வேணும். வீட்லருந்து இனிமே ஒண்ணும் எதிர்பாக்க முடியாது. ஆளுங்க இல்லன்னா, எந்த வீடும் உருப்படாது. எனக்கு இனிமே அங்க இருக்கணும்னு ஆசையே இல்ல. நாங்க ரெண்டுபேரும் தனித்தனியா அந்த வீட்ல வாழ்ந்ததே இல்ல''

அந்தப்பெண் எழுந்து பாத்ரூம் நோக்கி நடந்தாள். குளிராக இருந்ததால் மேலே ஒரு ஷால் சுற்றியிருந்தாள். ரயிலின் குலுக்கத்தில் சாய்ந்து சாய்ந்து நடந்தாள்.

''நானும் கூட வரேன்'' அவர் சொன்னார்.

சற்றே கோபமாகப் பார்த்துவிட்டு ஒன்றும் பேசாமல் நடந்து சென்றாள்.

''நான் கூடப் போறது அவங்களுக்குப் புடிக்காது. மூத்திரம் இருக்கறதுக்கு எதுக்குத் தொணைக்கு ஒரு ஆளுன்னு கேப்பாங்க. கொஞ்சம் தாந்தோணியான ஆளு!'' அவர் லேசாகச் சிரித்து, மேலும் தொடர்ந்தார்.

''இவங்க என் மனைவியோட அக்கா. காலாகாலத்துல கல்யாணம் பண்ணிக்கல. எங்களுக்குப் புள்ளைங்க பொறந்தப்பல்லாம் இவங்கதான் பாத்துக்கிட்டாங்க. அவங்க ஸ்கூல் போறவரைக்கும் இவங்ககிட்டயே வளந்தாங்க. நாங்க டெல்லில இருந்தப்பல்லாம், வீட்டத் தனியா இருந்து பாத்துக்கிட்டது இவங்கதான். என் மனைவியோட கடைசீ காலத்துல அவள நல்லா கவனிச்சிக்கிட்டாங்க. இவங்க மடியிலதான் அவ மூச்சு நின்னுச்சு.

காத்துல எல உதிர்ற மாதிரி ஒரு சாவு. லேசா சிரிச்சுக்கிட்டே சொன்னா, ''அக்கா, உங்க மடீல கொஞ்ச நேரம் படுக்கணும்...''

அவர் மீண்டும் நினைவுகளில் தொலைந்து அமைதியானார். கம்பார்ட்மென்ட் நிசப்தமாகவே இருந்தது. இவரைத் தவிர வேறு யாரும் பேசுவதாகத் தெரியவில்லை.

''இனிமே இவங்கள யாரு பாத்துப்பா? என் புள்ளைங்க பாத்துக்குவாங்களா? எனக்கு நம்பிக்கையில்ல. பெத்தவங்களப் பாத்துக்கவே இந்தக் காலத்துல நேரமில்ல. இதுல பெரியம்மாவ யாரு வச்சு காப்பாத்துவாங்க? சுத்தியிருந்த பெரியவங்கல்லாம் என்கிட்ட வந்து, 'ஏம்பா, ராகவா... உனக்குன்னு ஒரு கடம இருக்கு. இவ்ளோ காலம், உன் குடும்பத்துக்காகவே இவங்க வாழ்ந்தாங்க. இவங்கள அனாதையா

விட்றாத. பசங்களயெல்லாம் எதிர்பாக்க முடியாது. நீதான் பாத்துக்கணும்'னு சொன்னாங்க. இவங்களுக்கு ஏதாவது ஒதவி செய்யவேண்டி வரலாம்னு எனக்கு அப்பவே தெரியும். ஆனா, இப்படி கூடவே வாழ வேண்டியிருக்கும்னு நெனச்சுப் பாக்கல. எங்கக் குடும்பத்துல, புத்திசாலித்தனமான ஒரு பெரியவர் இருக்காரு. பேரு ராம்பத்ரன் நாயர். எந்த விஷயத்தையும் மூணு முழம் முன்னாடியே கணிச்சிடுவாரு. நரிநாயர்னு எல்லாரும் அவரக் கூப்பிடுவாங்க. அவர் சொன்னாரு,

'வாழ்க்கைன்னு வந்துட்டா இவ்ளதான். யாரு மொதல்லன்னு யாருக்கும் தெரியாது. உன் கடைசீ காலம் வரைக்கும் நீ இவங்களுக்கு ஏதாச்சும் குடுத்து பாத்துக்கறன்னு வச்சுக்குவோம். அவுங்க கஷ்டகாலம் அதுக்கப்புறமும் வாழவேண்டி வந்துச்சுன்னா? சட்டப்படி புருஷனோட பென்ஷன் பொண்டாட்டிக்குத்தானே கெடக்கும்?

நீ பென்ஷன் பேப்பர் குடுக்கும்போது இவங்க பேரையும் சேத்துக் குடு. ஒண்ணா நின்னு ஒரு போட்டோ எடுக்க வேண்டியிருக்கும். கல்யாணத்துக்காக ஒரு கைநாட்டும் தேவப்படும். கல்யாணம்னா அவ்ளதானேப்பா? வெறும் ஒரு கைநாட்டு. அப்றம் இந்த வயசான காலத்துல முதலிரவும் தேனிலவும் வேணுமா என்ன? அங்கிட்டும் இங்கிட்டுமா ஒரு கைத்தாங்கல். விஷயம் என்னன்னா, அக்கா ஸ்தானத்துல இருக்கற பொம்பள அவுங்க. அத ஒண்ணும் பெருசா எடுத்துக்க வேணாம்'

கல்யாணத்தப் பத்தி பேசின ஒடனே இவங்க பதறிட்டாங்க.

'என்ன பேசறீங்க? என்ன யாரும் பாத்துக்க வேணாம். எவ்ளவோ அனாத ஆஸ்ரமம் இருக்குல்ல. அதுவும் இல்லன்னா குருவாயூர் கோயில் நடையில பிச்சையெடுத்துப் பொழச்சுக்குவேன்'

மூணுநாள் சாப்பிடாம அழுதாங்க. ரெஜிஸ்டர் ஆபீசுலருந்து திரும்பி வந்திட்டுகூட இவுங்க எங்கிட்ட பேசல. இப்ப ஊருக்குக் கெளம்பறப்பதான் ஒண்ணு ரண்டு வார்த்த பேசினாங்க''

ஏழுமணிதான் ஆகியிருக்கிறது. கேட்டரிங் யூனிட்டிலிருந்து சாப்பாடு கொண்டுவர ஆரம்பித்துவிட்டனர். ராகவன் நாயரும் மனைவியும் வீட்டிலிருந்தே சாப்பாடு கொண்டு வந்திருந்தனர். ஒவ்வொரு வேளைக்குமான உணவும் தனித்தனி பாத்திரங்களில் தயாராக இருந்தது. இட்லி, துவையல், எலுமிச்சம்சோறு...

''ரயில்ல தேவையான சாப்பாட்டப் பத்தி இவுங்களுக்கு நல்லாவே தெரியும். இவ்ளோ காலமா நாங்க ஊர்ல இருந்து திரும்பிப் போகும்போதெல்லாம் சாப்பாடு செஞ்சு குடுத்தனுப்பனது இவுங்கதான். நாங்க சொல்லிக் கேட்டத வெச்சே இவுங்களுக்கு டெல்லி வரைக்கும் எல்லா எடமும் மனப்பாடமாத் தெரியும்''

ராகவன் நாயருக்கு, தூங்கும்போது மாற்றிக் கொள்வதற்கான கைலியைப் பையிலிருந்து அவள் வெளியே எடுத்தாள்.

''கைலி மாத்திட்டு, பேண்ட்டை என்கிட்ட குடுங்க. பெட்டீல மடக்கி வச்சிடறேன்.''

''இல்ல வேணாம். நானே பாத்துக்கறேன். நீங்க படுங்க'' அவர் உடை மாற்றிக்கொண்டார்.

''என் பொண்டாட்டி இவுங்கள பெருசா மதிக்கமாட்டா. அறிவேயில்ல, அறிவேயில்லன்னு எப்பயும் கொற சொல்லிட்டே இருப்பா. மனசுல பாசம் இருந்தாலும், ஒருத்தருக்கொருத்தர் பாத்துக்கிட்டா அது இதுன்னு சொல்லி சண்ட போட்டுப்பாங்க. அவ சத்தமே இல்லாம ஏதாச்சும் நறுக்குன்னு சொல்லிடுவா. இவங்களுக்குக் கோவம் வந்திடும், பாவம்''

ரயில் கோயம்புத்தூரைத் தாண்டியது. ஆட்கள் தூங்குவதற்கான ஏற்பாட்டில் இருக்கிறார்கள். நினைவுகளில் அகப்பட்டு ராகவன் நாயர் அசைவற்றிருந்தார். அவர் எழுந்து சென்றால்தான் என்னால் என் மிடில் பெர்த்தை சரி செய்ய முடியும்.

''உங்களுக்குத் தூக்கம் வரலல்ல?''அவர் கேட்டார். மரியாதை நிமித்தமாக நான் இல்லையென்று தலையாட்டினேன்.

107 அசோகன் சருவில்

‘‘எல்லாம் கடவுளோட சித்தம். இங்க படுத்திருக்கற இந்தப் பொம்பள எத்தனையோ வருஷத்துக்கு முன்னாடியே என் வாழ்க்கைல நுழைஞ்சிருக்க வேண்டியவங்க. எப்பவோ நாங்க இப்டி ஒண்ணா டில்லிக்குப் போயிருக்க வேண்டியது. எல்லாத்துக்கும் நேரம் காலமுன்னு ஒண்ணு இருக்கு...

இவங்க ரெண்டு பேருமே என் அப்பாவோட மருமகளுங்க. நீங்க நல்லா யோசிச்சுப் பாருங்க. நெறய ஆளுங்க இருக்கற வீடு. வீடுன்னா ரெண்டு மாடியும் நீளமான சமையற்கட்டும் பெரிய வாசலும் இருக்கற வீடு. நடந்து நடந்து காலு வலிக்கற அளவுக்கு சுத்தித் தோட்டம். அதுல பலவகையான மரங்கள் இருக்கும். பாக்குத் தோட்டம். மூணு பக்கமும் கண்ணுக்கெட்டற தூரம் வரைக்கும் வயல்னு அக்கம் பக்கத்துல இருக்கற எல்லாச் சின்னப் பசங்களுக்கும் இதான் வெளயாடற எடம். சம்மர் லீவுல எங்க அப்பா என்ன அங்க கூட்டிட்டுப் போவாரு.

எங்க அம்மா வீட்ல, நிதி நெலம கொஞ்சம் கம்மி. அதனால பசங்களுக்கெல்லாம் நான் கொஞ்சம் எளக்காரமாத் தெரிவேன். அதுலயும் தோ... இங்க படுத்திருக்கற சீமாட்டிக்கு ரொம்ப எளக்காரம். இவங்கதான் கூட்டத்திலேயே பெரியவங்க. எங்க ரெண்டு பேருக்கும் கிட்டதட்ட ஒரே வயசு.

தறவாட்டு வீட்ல மூத்த பொண் கொழந்தைக்கு மரியாதையும் உரிமையும் கொஞ்சம் அதிகமாச்சே. அன்னிக்கு அவங்களப் பாக்க ரொம்பவே அழகா இருப்பாங்க. வெள்ளையா, ஒல்லியான ஒடம்புவாகு. ராத்திரில கூட மஞ்சளோட பளபளப்பு மொகத்துலயே இருக்கும். எந்த நேரமும் இப்பதான் குளிச்சது மாதிரி இருப்பாங்க. கால்ல போட்டிருக்கற மருதாணி இன்னும் அழகு கூட்டும். இவங்களோட முடிய வளக்கறதுக்காக, கத்தாழயத் தேடி ஊர்க்காரங்கெல்லாம் அலஞ்சிருக்காங்க. அவங்க அப்பா சிங்கப்பூர்ல இருந்து குடுத்தனுப்பற பாவாடையப் போட்டுக்கிட்டு, அந்த மெதப்புலயே இருப்பாங்க. நான் ஏதாச்சும் கேட்டா, ஒரு வார்த்தைலயோ, ரெண்டு வார்த்தைலயோ பதில் சொல்லுவாங்க. கண்ண நிமிந்து பாக்கக்கூட மாட்டாங்க.

ஆனா எனக்குத் தனியா தோட்டத்துல நடக்கப் புடிக்கும். பாக்கு மரங்களத் தொட்டுத்தொட்டுப் பாப்பேன். திருவிழாவுக்கு வர்ற யானையக் கட்ற பெரிய புளியமரத்துக்குக் கீழே சும்மா உக்காந்து காத்து வாங்குவேன். அப்பிடியே, வயலுக்கு நடுல வந்துட்டா, எது நான் வந்த கரைன்னு கொழம்பிடுவேன். பயமா இருக்கும். எந்தப் பக்கம் நடக்கறதுன்னு...''

கம்பார்ட்மென்ட்டின் பெரிய விளக்குகள் எல்லாம் அணைக்கப்பட்டுவிட்டன. நீல வெளிச்சங்கள் மட்டுமே மிஞ்சியிருக்கின்றன. எனக்குத் தூங்க வேண்டுமென்று தோன்றவில்லை. ராகவன் நாயர் பேசட்டும். எனக்கும் பிடிக்கும் பழைய காலம் பற்றிக் கேட்க...

''வேல கெடச்சதுக்கப்றம், திருவிழாவுக்கு மட்டும் நான் லீவெடுத்துட்டு போவேன். அதுக்குள்ள அப்பா எறந்துட்டாரு. இருந்தாலும் நான் அவங்க வீட்டுக்குப் போவேன். அன்னிக்கெல்லாம் நாங்க வெளியூர்க்காரங்க ஊருக்கு வரும்போது சோப்பும் எண்ணையும் ஜாக்கெட்டுக்கு வெல்வெட் துணியும் கொண்டு போவோம். அதுல ஒரு பங்கு இவங்க அம்மாகிட்ட குடுப்பேன். அப்பகூட என்ன கவனிக்கமாட்டாங்க. அதே எளக்காரமான பார்வை. நானே ஏதாச்சும் கேப்பேன்.

'இப்பவும் திருவாதிரக்களி கத்துக்கறீங்களா?'

'ஓ...'

ஆமான்னோ, இல்லன்னோ அர்த்தம் வர்ர ஒரு பதில்... முடி முழுக்கப் பின்னி, முன் பக்கமாகத் தொங்கவிட்டு நடந்து போகும்போது, பின்கழுத்து தங்கம் மாதிரி மின்னும்''

ராகவன் நாயர் மீண்டும் நினைவுகளில் மூழ்கினார். நான் தங்க நிறமுடைய பின்னங்கழுத்துகளைப் பற்றி யோசிக்கத் தொடங்கினேன். அதன்கூடவே, உலக அழிவு வரையிலும் வாழ்வதற்கான உந்துதலைத் தரக்கூடிய சில கடைக்கண் பார்வைகளும் உண்டு. எல்லாம் அகன்று அகன்று போகின்றன. தலை சுற்றுபவனின் சூழல் போல.

109 அசோகன் சருவில்

''அந்தக் காலத்துல ஒரு நாள், அதுவும் திருவிழா முடிஞ்ச அடுத்த நாள். திருவிழாவுக்கு அடுத்த நாளோட விஷயங்களைப் பத்திச் சொன்னா உங்களுக்குப் புரியுமா?''

எனக்கு உற்சாகமாகிவிட்டது. அந்த நாளைப் பற்றி எனக்கு நன்றாகவே தெரியும். சின்ன வயதில் ஒருபோதும் திருவிழா முடிந்த மறுநாளில் நான் தெளிவாகவே இருந்ததில்லை. தூக்கமும் விழிப்புமாக இருக்கும் பொழுதுகள் அவை. ஒவ்வொரு விழிப்பிலும் விடிந்து விட்டதாக நினைத்து மேற்கு வாசலில் தொங்கவிடப்பட்டிருந்த சட்டியிலிருந்து உமிக்கரியெடுத்து பல் தேய்ப்பேன். அப்படியான ஒரு நாளில் எட்டு முதல் பத்து தடவை வரை பல் தேய்த்திருக்கிறேன்.

''துக்கத்தின் நாள் அது'' ராகவன் நாயர் சொன்னார்.

''ஒம்பது நாள் நடக்கும் எங்கத் திருவிழா. எட்டு நாளும் கோவில்ல, பள்ளியெழுச்சி நடக்கும். எல்லா ராத்திரிலயும் ஹரிச்சந்திரன் நாடகம், கதகளி, ஓட்டன்துள்ளல், ஒம்பதாவது நாள் எழுந்தருளல்.... அடுத்த நாள் காலையில் பத்து மணிக்கு ஆத்துல நீராட்டு. அது முடிஞ்சா ஊருல எல்லாருக்கும் இவங்க வீட்டில கஞ்சியும் கிழங்கும் குடுப்பாங்க. பெரிய அப்பளம், ஆறேழு வக ஊறுகாய், பல வக சுண்டலோட கஞ்சியும் குடிச்சா வயிறு வீங்கிடும்.

கஞ்சி குடிச்சதுக்கப்பறம் தூக்கம்தான். வீடு முழுக்க ஆளுங்க எதிரும் புதிருமாகப் படுத்திருப்பாங்க. மேற்கு வாசல்ல குளிர்ந்த தரையிலயே வேலக்காரங்க படுத்து தூங்குவாங்க. மாமாங்க எல்லாம் மேலே போயி படுத்துப்பாங்க. சமையலறையில பொம்பளங்க தூங்குவாங்க. கொழந்தைங்களுக்கு மட்டும் தனியா எந்த எடமும் இருக்காது. அதனால எல்லா எடத்துலயும் அவங்க தூங்கிட்டு இருப்பாங்க. யானக்காரங்க, யானைங்கள கட்டிப்போட்ட புளியமரத்துக்குக் கீழேயே படுத்துத் தூங்கிடுவாங்க. தோட்டத்துல இருக்கற மரங்ககூட அப்போ தூங்கிடும்.

நான் தூங்கினது களப்புரையில இருக்கிற அறையில். அதுல ஒரு பிரச்சனையிருக்கு. அந்த அறைக்கு ஜன்னலே இல்ல. மேலே ஒரே ஒரு

கிளிக்கதவு மட்டும் இருக்கும். பகல்ல கூட இருட்டாவே இருக்கும். திருவிழாக் காலத்துல மட்டுந்தான் அந்த அறையச் சுத்தம் பண்ணுவாங்க. மத்த நேரத்துல நெல்லும் விதையும் சேத்து வெக்கற எடம் அது.

அந்த இருட்டான அறைக்குப் பதுங்கிப் பதுங்கி வராங்க இந்த சீமாட்டி... தூக்கக் கலக்கத்துல எனக்குத் தலகால் புரியல. கண்ணு தொறக்கத்தொறக்க தானா மூடுது. இருட்டுல ஒண்ணுமே தெரியல. கை படற எடத்துலல்லாம் மினுமினுப்பு, பளபளப்பான ஒடம்பு, நல்லெண்ணையோட வாசனை... என் மொகத்துல ஈரமான முடி கட்டவிழ்ந்து விழுந்திருக்கு. வேகமா மூச்சிரைக்கிற சத்தம் மட்டும் கேக்குது. நான் பட்டுப்பாவாடையை கஷ்டப்பட்டு அவிழ்த்தேன்.

திடீர்னு ரெண்டு கொழந்தைங்க கதவைத் தள்ளித் தொறந்து உள்ள வந்துட்டாங்க. கொழந்தைங்க திருவிழா காலத்துல அங்கயும் இங்கயும் ஓடியாடி வெளயாடுவாங்கல்ல. அப்டித்தான் அங்க வந்தாங்க. அதுல ஒண்ணு நான் கல்யாணம் பண்ணிக்கிட்ட சத்யவதி. இன்னொண்ணு அவளவிட சின்னப் பொண்ணு. இவங்க எப்படியோ பாவாடையை இழுத்துக்கட்டி ரூமைவிட்டு ஓடிட்டாங்க. சத்யவதியோட அந்தப் பார்வை எனக்கு இன்னும் ஞாபகமிருக்கு. வாழ்க்கை முழுக்க அது என் கூடவே இருந்துச்சு. இப்பயும் இருக்கு...

சத்யவதி யார்கிட்டயும் இதப்பத்தி சொல்லல. இவ்ளவு காலம் ஒண்ணா வாழ்ந்துட்டும் அவ இதப்பத்தி மட்டும் ஞாபகப்படுத்துனதே இல்ல. நடுவுல எப்பவாச்சும் சுருக்குன்னு சொல்லுவா. 'எனக்குத் தெரியாதா உங்கள' 'சரியான ஆளுதான்' அப்டி, இப்டீனு...

எனக்குக் கல்யாணமானப்போலாம் இவங்க வீட்டோட மகத்துவம் கொறஞ்சுடுச்சு. பங்குப் பிரிச்சுகிட்டு எல்லாரும் போயிட்டாங்க. இந்த சீமாட்டியத்தான் எனக்கு மொதல்ல பாத்தாங்க. எனக்கு ரொம்ப புடிச்சிருந்துச்சு. ஆனா இவங்க கராறா சொல்லிட்டாங்க, 'எனக்கு புடிக்கல, அவ்ளோதான்...' 'கஞ்சி குடிச்சு, படுக்க வசதியில்லாத குமாஸ்தாகூட வாழ எனக்குப் புடிக்கல'ன்னு மத்த பொண்ணுங்ககிட்ட சொல்லிருக்காங்க...''

கம்பார்ட்மென்டில் அனைவரும் உறங்கிவிட்டனர். ராகவன் நாயரின் மனைவி மட்டும் நிம்மதியற்று, நடுநடுவே எழுந்து, தலைமுடியை அவிழ்த்துக் கட்டி, கொட்டாவி விட்டு மீண்டும் படுத்து விடுவாள். ஜன்னலுக்கு வெளியே வெளி உலகம் இருட்டாக இருந்ததால் எதையும் பார்க்க முடியவில்லை. நான் எழுந்து என் பெர்த்தை சரி செய்தேன். ஏதாவது வாசிக்க வேண்டுமென்று தோன்றியது. தூங்கும்போது வாசிப்பது பழகிவிட்டது. ஆனால் இனி விளங்கு போடுவது சரிப்படாது.

ராகவன் நாயர் சொன்னார், ''அம்பத்தேழாவது வயசுல கல்யாணம் பண்ணிக்கறப்ப நெறய பிரச்சனை இருக்கு. ரெண்டு வாரமா நான் அத அனுபவிக்கறேன். மொதல் பிரச்சனை செக்ஸ். இனிமே எதுக்கு அதுன்னு உங்கள மாதிரி சின்னப் பசங்கலாம் நெனப்பீங்க. அப்படி இல்ல. அதெல்லாம் வேணும். அததுக்கு ஒரு வழக்கம் இருக்கு.

இவங்க இப்ப வரைக்கும் என்கூட படுக்கையில படுக்க ஒத்துக்கல. என் மருமகளுங்ககூட கட்டாயப்படுத்துனாங்க. நானே ஒரு தடவை பாலிஷா சொல்லிப் பாத்தேன். 'இப்ப அதும் வேணுமா?'ன்னு கேட்டாங்க. நான் சொன்னேன், ''நாம ஒரு தடவ சின்னதா ஆரம்பிச்சது தானே, அத முடிக்க வேணாமா?''

நான் படுத்தேன். படுத்தபடியும் தூங்கியபடியும் பல மைல் தூரங்களைத் தாண்டுகிறோம் என்பது எனக்கு அங்கலாய்ப்பாகத் தோன்றும். நிறைய படுக்கையறைகள் ஒன்றாக நகர்ந்து கொண்டிருக்கின்றன. பல்வேறு விதமான மனிதர்கள், எத்தனையோ கனவுகள் ஒன்றாக நகர்ந்து கொண்டிருக்கின்றன. திசைகளைக் கடந்த பயணம். கவிஞர் குஞ்ஞுண்ணியின் நம்பூதிரியைப் பற்றிய கவிதை எனக்கு ஞாபகத்திற்கு வந்தது. அவர் அதிசயித்தது போலவே, ஒரே வண்டியில் ஒருவன் தெற்கு திசையிலும் ஒருவன் வடக்கு திசையிலுமாகப் பயணிக்கிறான். ஒரே வண்டியில் மனிதர்கள் ஆயிரம் திசைகளில் பயணிக்கிறார்கள்.

கண்களை மூடி தூக்கத்தில் நழுவிக் கொண்டிருந்தேன். ராகவன் நாயர் என்னைத் தொட்டு எழுப்பினார்.

"மன்னிச்சுக்கோங்க. ஒண்ணு கேக்க மறந்துட்டேன். உங்களுக்கு செத்துப்போனவங்க ஆத்மாவப் பத்தி ஏதாச்சும் தெரியுமா? நம்ம ஆசப்பட்டா, அந்த ஆத்மாக்கள் நம்ம முன்னாடி வந்து பேசும்னு எப்பவோ கிருஷ்ணய்யர் சொல்லிக் கேள்விப்பட்டிருக்கேன். அப்படீன்னா எனக்கு ஒரு சந்தேகம்.... செத்துப் போனவங்களோட ஆத்மாவால எவ்ளோ தூரம் வர முடியும்?"

"எனக்குத் தெரியல ராகவன் சார்..." நான் சொன்னேன். அவர் மேலும் பரிதவித்தார். கண்களில் லேசான நடுக்கமிருக்கிறது. தளர்வான குரலில் சொன்னார்.

"என்னை திராணியில்லாத ஆம்பளன்னு கூட நெனச்சுக்கோங்க. ஏதேதோ சந்தேகம் வருது. செத்துப் போனவங்க ஆத்மா ரயில்ல வருமா?"

நான் ஒன்றும் சொல்லவில்லை. அதன்பிறகு தூக்கம் வராமல் புரண்டு படுத்தேன். சில மணி நேரங்களுக்குப் பிறகு கீழே பார்த்தபோது ராகவன் நாயர் நிம்மதியாகத் தூங்கிக் கொண்டிருந்தார். பக்கவாட்டு இருக்கையில் சாய்ந்து உட்கார்ந்து கண்ணசந்துவிட்டார். அவருடைய மனைவி கணவரின் மடியில் தலைவைத்து சுருண்டு படுத்திருந்தாள்.

பாளைத் தண்ணீர்

வெயில் காலமாக இருந்ததால், ஃபேன் சுற்றியபோதும் கூட கோவிந்தனுக்கு வியர்த்தது. தாகமாகவும் இருந்தது.

''உனக்கு எவ்ளோ நாள் லீவு இருக்கு?'' சின்னு அத்தையின் மூத்த மருமகள் நளினி அக்கா கேட்டாள். அவளுக்கு மலர்ந்து விரிந்த கண்கள். பல வருடங்களுக்கு முன்னால் திருமணமாகி வந்த புதிதில், அவள் அந்தக் கண்களைப் பாதி மட்டுமே திறப்பாள். நல்ல அழகோடு மெலிந்து உயரமான அவளைப் பற்றி ஊர்ப்பெண்கள் அடிக்கடி பேசிக் கொண்டனர். அதனாலோ என்னவோ, கோவிந்தனின் இளம்பருவக் கனவுக்கன்னிகள் ஒல்லியானவர்களாகவே இருந்தனர்.

நளினி அக்காவுக்கு எப்போதும் நகைச்சுவையாகப் பேசி, கலகலவெனச் சிரிக்கும் பழக்கமுண்டு. கவலைகளும் கஷ்டங்களும் நிறைந்த பழைய காலத்தில்கூட அவள் பலமுறை வெடித்துச் சிரித்திருக்கிறாள்.

தட்டு முழுக்க மாம்பழத்துடன் கதவு வழியாக, நிறைய வளையல்கள் அணிந்த ஒரு கை வெளியே நீண்டது. அது இரண்டாவது மருமகள் சீதை. கோவிந்தனுடன் பள்ளியில் ஒன்றாகப் படித்தவள். அதனால் கோவிந்தனை எதிர்கொள்ள எப்போதுமே அவளுக்கு வெட்கம்.

நளினி அக்கா தட்டை வாங்கி கோவிந்தன் முன்னால் வைத்தாள்.

"வெளிய வாம்மா... இன்னும் எவ்ளோ காலம் இந்த வெக்கமெல்லாம்..." கோவிந்தன் சத்தமாகச் சொன்னான்.

"அதில்லப்பா..."

நளினி அக்கா சிரித்துக்கொண்டே சொன்னாள்,

"அவ இப்போ, ஒண்ணுக்குள்ள ரெண்டுங்கற மாதிரி. இந்தக் கதவைத் தாண்ட முடியும்னு தோணல..."

"ரவி எப்டி இருக்கான்? இப்போ சமீபமா வந்திருந்தானா?" கோவிந்தன் கேட்டான்.

"வராம? எட்டுமாசம் முன்னாடி வந்திருந்தாங்க. இல்லன்னா இந்த விஷயம் மட்டும் தபால் மூலமா நடக்க முடியாதுல்ல?" மீண்டும் நளினி அக்கா சிரித்தாள்.

சின்னு அத்தையின் வீட்டு மாம்பழம் மிகவும் பிரபலமானது. ஒரே ஒரு மாமரம்தான் அந்தத் தோட்டத்தில் இருக்கிறது. அதன் பெயரெல்லாம் கோவிந்தனுக்குத் தெரியாது. வாரி இறைத்தது போல அதில் மாங்காய் காய்க்கும். பழுத்தால் தேன் மாதிரி இனிக்கும். எல்லா உறவினர் வீடுகளுக்கும் சின்னுஅத்தை பழுக்க வைத்து அனுப்புவாள்.

"மாம்பழம் எல்லாம் காலியாயிடுச்சு. இப்ப சித்திர முடியப் போதுல்ல. திருவிழாவுக்கு நீ வருவியேன்னு உனக்காக ரெண்டு எடுத்து வெச்சிருந்தோம்" நளினி அக்கா சொன்னாள்.

மே மாதத்தில் தான் கோவிந்தனுக்கு விடுமுறை கிடைக்கும். ஊருக்கு வரும்போதெல்லாம் வெயில் ஆளை உருக்கிவிடும். திருவிழாக்களும் கொண்டாட்டங்களும் கிட்டத்தட்ட முடிந்திருக்கும். வழியெல்லாம் மாமரங்களும் பலாமரங்களும் 'எல்லாம் முடிஞ்சிருச்சு, கோவிந்தா...' என்று பெருமூச்சிட்டு அசையாமல் நிற்கும். எங்கும் கொதிக்கும் வெயில் மட்டுமே.

இம்முறை வந்தபோது, திருச்சூர் பூரமும் முடிந்திருந்தது. பதினோரு நாள் வரிசையாக நடக்கிற இரிஞாலக்குடை திருவிழா மட்டும்தான் மிச்சம். அந்தக் காலத்திலேயே கோவிந்தன் ஒரு திருவிழாப் பைத்தியம். 'செண்ட மேளத்துல கோலு படும்போது கோவிந்தன் அங்க இருப்பான்' என்று அவனுடைய அம்மா எப்போதும் சொல்வாள்.

சின்னு அத்தையின் வீடு ஏலம்புழையில் பெரிய புஞ்சை நிலங்களுக்கிடையில் இருந்தது. எட்டோ பத்தோ வீடுகள் மட்டுமே அங்கிருந்தன. மழைக்காலத்தில் தண்ணீர் உள்ளே வந்துவிடும். கோடையில், குடிநீருக்கே திண்டாட்டம்தான்.

திருவிழாக் காலங்களில் கோவிந்தன் ஏலம்புழையிலேயே தான் கிடப்பான். பதினோரு நாட்களும் தினமும் இரவும் பகலும் திருவிழா கண்டு மதிமறந்து, பன்னிரெண்டாம் நாள் அவன் கிளம்பும்போது கையில் பச்சை ஓலையில் முடைந்த கூடை நிறைய மாம்பழமுமிருக்கும். அதெல்லாம் பழைய கதை.

அன்று சின்னு அத்தையும் வேலு மாமாவும் உயிரோடு இருந்தனர். அவர்களுக்கு இரண்டு ஆண் பிள்ளைகள். ராமன்குட்டி அண்ணனும், ரவீந்திரனும். ராமன்குட்டி அண்ணன் அப்போதே படிப்பை விட்டுவிட்டு, ஆற்றங்கரையில் ஒரு டீக்கடையில் வேலை செய்து கொண்டிருந்தார்.

யார் இருந்தாலும் திருவிழா பார்க்க கோவிந்தனுக்குக் கூட்டு சின்னு அத்தைதான். அதிகாலையிலேயே ஆற்றில் குளித்துத் தயாராகிவிடுவாள். கிளம்பும்போது எப்போதும் வெற்றிலை போடுவாள். வேலை செய்து காப்புக் காய்த்த அத்தையின் கைகளைப் பிடித்துக்கொண்டு இரண்டு நாழிகை நடக்க வேண்டும். வயலும், பாக்குத் தோட்டமும் தாண்டிவிட்டால் பிறகு இரிஞாலக்குடைப் பட்டணம்.

காலையில் சீவேலி நடக்கும். மதியம் மேற்கு நடையில் ஓட்டன்துள்ளல். அது முடிந்ததும் வீட்டிற்குத் திரும்பி விடுவோம். மீண்டும் மாலையில் கிளம்பினால் பாலே டான்ஸ் பார்க்கலாம். பிறகு ஆயிரம் திரிகளில் எரிகிற சுழல்விளக்கு. தீர்த்தக் குளத்தில் விளக்குகளின் வெளிச்சம் வீழ்வதைப்

பார்க்க கோவிந்தனுக்கு என்றும் ஆசை என்பதால் சின்னுஅத்தை அவனைத் தூக்கி மதிலில் உட்கார வைப்பாள்.

ஓட்டுக் கூரையின் மீதேறி கதகளி வேஷங்கள் தயாராவதைப் பார்ப்பது மனதுக்கு இணக்கமான விஷயம். நெற்றிச்சுட்டியணிந்த பீமனும் துரியோதனும் அனுமனும் சிறு கண்ணாடிகளில் முகம் பார்த்து, பர்வதங்கள் போல சரிந்து படுத்திருப்பார்கள். தினமும் விடிவதுவரை கதகளி நடக்கும். படிக்கவோ எழுதவோ தெரியாத சின்னு அத்தை எவ்வளவு சந்தோஷமாக நாடகங்களை ரசித்திருந்தாள் என்பது கோவிந்தனுக்கு இப்போதும் நினைவுக்கு வருகிறது.

இரிஞாலக்குடாவுக்கு மட்டுமல்ல, திருச்சூருக்கும் ஆறாட்டுபுழைக்கும் கோவிந்தன் சின்னு அத்தையுடன் திருவிழாவுக்குப் போயிருக்கிறான். எங்கே கூட்டிச் செல்லவும் அவள் தயங்கியதில்லை. கூட்டத்தில் நைசாக வெளியே வரவும், ஓட்டலில் போயி டீ குடிக்கவும், பஸ் பிடித்து இரவு எந்த நேரத்திலும் திரும்பி வருவதற்கும் அவளுக்கு தைரியமிருந்தது. நல்ல அறிவுமிருந்தது. திருச்சூர் பூரத்தில் குடைமாற்றுவதைப் பார்க்க, கூட்டம் கூடும்போது அவள் கோவிந்தனைத் தூக்கி தோளில் வைத்துக் கொள்வாள். அங்கே உட்கார்ந்துதான் அவன் பூரமும் பூத்து நிற்கிற மரங்களையும் பார்ப்பான்.

வேலை செய்து திடமான உடல் அது. சாதாரணமாகப் பெண்கள் செய்கிற வேலையல்ல சின்னு அத்தை செய்திருந்தது. மண்வெட்டவும் குளம் வெட்டவும் செல்வாள். அதனால் அவளுக்குக் கூலியும் கூடுதலாகவே கிடைத்திருந்தது. அவளுடைய வருமானத்தில்தான் குடும்பம் நடந்து கொண்டிருந்தது.

குடியிருக்கக் கிடைத்த பத்து சென்ட் இடம்தான் அவர்களுக்கென்றிருந்தது. வேலு மாமாவுக்குப் பெரிதாக வேலை ஒன்றுமில்லை. எப்போதாவது நில விற்பனைக்கோ மாடு விற்பனைக்கோ தரகிற்குப் போவார். ஏதாவது காசு கையில் கிடைத்திருந்தால் அது இரவில் தெரிந்து விடும். சந்தோஷத்தில் தன்னை மறந்து ஆடியாடி வருவார். பின்

இரவு முழுக்க வடக்கன் பாடல்கள் சத்தமாக ஒலிக்கும். சாப்பாட்டிற்கு உட்காரும்போது கூடப் பாடுவார், ''வாழயிலய நறுக்கி வச்சு, பூ போலச் சோறு பரிமாறுகிறாள்...''

ரவீந்திரனையாவது படிக்கவைத்து பெரிய உத்யோகஸ்தனாக்க வேண்டுமென்று சின்னு அத்தை விரும்பினாள். ஆனால் அவனும் படிக்காமல் பலகாலம் ஊர் சுற்றித் திரிந்தான். ஒருவழியாக இப்போது கரையேறிவிட்டான். துபாயில் 20,000 ரூபாய் சம்பளத்திற்கு வேலை பார்ப்பதாகச் சொன்னார்கள். கோவிந்தனின் வகுப்பில் படித்த அழகான பணக்கார வீட்டுப் பெண் சீதையை ரவீந்திரன் திருமணம் செய்திருக்கிறான்.

பெரிய வீடு கட்டியிருக்கிறார்கள். முன்னெல்லாம் கோடையில் வறண்டுவிடுகிற தோட்டம் முழுக்க இப்போது செடிகளும் பூக்களும் நிறைந்திருக்கின்றன. கையில் குழாயைப் பிடித்து, செடிகளுக்குத் தண்ணீர் காட்டுவது மட்டுமே மருமகள்களின் வேலை.

சின்னு அத்தையின் வேண்டுதல்கள் அனைத்தும் நிறைவேறத் தொடங்கியிருக்கின்றன. கோவில்களுக்குச் சென்றால் கண்களை மூடி நெடுநேரம் கைகூப்பி வேண்டுவாள்.

''புள்ளைங்களுக்கு நல்லதே நடக்கணும் தேவரே...''

குறுமாலிக் கோவிலில் கோவிந்தனுடன் ஆறாட்டு முங்கி வரும்போது அவள் கொஞ்சம் சத்தமாகவே பிரார்த்திப்பதுண்டு.

''இந்தத் தடவ ஆறாட்டு எங்க?'' கோவிந்தன் கேட்டான்.

''குறுமாலிலயே தான். முங்கறதுக்கு ஆத்துல தண்ணி இருக்கறது சந்தேகந்தான்''

திருவிழாவின் பதினோறாம் நாள், ஆறாட்டு நடைபெறும். ஒரு வருடம் விட்டு ஒரு வருடம் குறுமாலி ஆற்றில் நடக்கும். ஏலம்புழை வயல் வழியாக ஆறாட்டு முங்குவதற்காக தேவரும் பரிவாரங்களும் கடந்து போவார்கள். கொடும் வெயிலில் வயல் வறண்டிருக்கும் மதிய

வேளையில் அந்தப் பயணம் தொடங்கும். அகம்படிக்காரரும் கோயில்விளக்குகாரரும் மேளக்காரர்களும் வியர்வையில் குளித்துவிடுவார்கள்.

அப்போதே குறுமாலியாற்றில் தண்ணீர் குறைந்துவிட்டிருந்தது. மேமாதம் ஆரம்பிப்பதற்கு முன்னரே கிணறுகளும் குளங்களும் வற்றிவிட்டன. ஒரு குடம் நீருக்குக்கூட வயல் கடந்து அக்கரைக்குச் செல்ல வேண்டும். தண்ணீர் கொண்டு வருவதற்கான அந்த நீண்ட பயணத்தில் சின்னு அத்தையுடன் கோவிந்தனும் போயிருக்கிறான்.

அன்றெல்லாம் சின்னு அத்தையின் வயலில் கிணறு வெட்டவில்லை. அக்கம் பக்கங்களிலும் கிணறுகள் வற்றிவிட்டால் பிறகு மேனோனின் கிணற்றில் மட்டும்தான் தண்ணியிருக்கும். எல்லோரும் குடத்தை எடுத்துக்கொண்டு அங்கே போவார்கள். ஆனால் சின்னு அத்தைக்கு மட்டும் மேனோன் வீட்டில் தண்ணீர் கிடையாது. குடியிருக்கத் துவங்கியபோதே ஆரம்பித்த தகராறு.

மேனோனின் வயலில்தான் சின்னுஅத்தை தங்கியிருந்தாள். சட்டம் போட்டபோது பத்து சென்ட் நிலம் அளந்து கொடுப்பது மேனோனுக்குப் பிடிக்கவில்லை. கடைசியில் பொதுவாகப் பேசி சின்னு அத்தைக்கு புலிப்பாறைக்குன்று காலனியில் கொஞ்சம் இடம் வாங்கித் தருவதாக அவர் சொன்னார். வேலு மாமாவும் அதற்குச் சம்மதித்தார். ஆனால் ஒரே பேச்சில் வேலு மாமாவைச் சின்னு அத்தை அடக்கிவிட்டாள். மேனோனின் முகத்தைப் பார்த்து சொன்னாள்,

"இது என்னோட எடம். தோ... இங்க வெட்டுனா எங்க அப்பாவோட எலும்பு கெடக்கும். அங்க வெட்டுனா தாத்தாவோடது. நானும் இங்கதான் இருப்பேன். யாருக்கு வேணாமோ அவங்க கெளம்புங்க"

சின்னு அத்தையை எதிர்கொள்வதற்கான தெம்பு யாருக்கும் இருக்கவில்லை. மத்தியஸ்தர்கள் வந்து, பத்து சென்ட் இடத்தை அளந்து வேலி கட்டினார்கள். ஒருநாள் மேனோனின் மனைவி கோபமாக வந்து,

‘‘ஒரு விஷயம் மனசுல வெச்சுக்கோ. தண்ணி வேணும்னு நீ இனிமே கொடத்தத் தூக்கிட்டு அந்தப் பக்கம் வந்துராத’’ என்று வாசலிலிருந்து கத்தினாள்.

‘‘நீ இதுக்கெல்லாம் அனுபவிப்பே சின்னு’’ அவள் இதையும் சேர்த்துக் கொண்டாள்.

பிறகு ஒரு கிணறு என்பது சின்னு அத்தையின் கனவாக மாறிவிட்டது. முதலிலெல்லாம் அதை ஒரு மோகம் போல அங்குமிங்கும் சொல்லிக் கொண்டிருந்தாள். பின் அதுவே தீராத கவலையாக மாறிவிட்டது. வேலு மாமாவையும் ராமன்குட்டி அண்ணனையும் அவர் தொல்லை செய்து கொண்டேயிருந்தார்.

‘‘நீ என்ன பேசீட்டு இருக்க. ஒரு கெணறு வெட்ட எவ்ளோ பணம் வேணும்னு நெனச்சே?’’ வேலுமாமா கேட்டார்.

சின்னு அத்தை கிணறுக்காகப் பலமுறை குருவி போலப் பணம் சேர்த்து வைத்தாள். ஆனால் ஏதேதோ அத்தியாவசியங்களுக்காக அதெல்லாம் செலவாகிவிட்டது. பல கோடைகளும் கடந்துவிட்டன. இதற்கிடையில் ராமன்குட்டி அண்ணனின் திருமணமும் முடிந்துவிட்டது.

நளினி அக்காவின் அம்மா ஒருநாள் விருந்துக்கு வந்திருந்தார். எல்லோரும் கேட்கும்படியாக அவர் சொல்லிவிட்டார். ‘‘இவ்ளோ தூரத்துலருந்து தண்ணி தூக்கிட்டு வரதுக்கு என் பொண்ணு என்ன பாவம் செஞ்சாளோ கடவுளே...’’ சின்னுஅத்தை பேச்சற்றுப் போனாள். மறுநாள் தண்ணீருக்குப் போகும்போது வயலில் வைத்துச் சத்தியம் செய்தாள். ‘‘செத்தாலும் பரவால்ல கோயிந்தா, ஒரு கெணறு வெட்டீட்டுதான் இந்தச் சின்னுஅத்தை அடங்குவா’’

கிணறு பற்றிய நினைப்பில் சின்னு அத்தைக்குப் பைத்தியம் பிடித்துவிட்டதோ என்று ஆட்கள் ஒரு கட்டத்தில் சந்தேகித்தனர். ஆனால் எல்லாவற்றையும் முறியடித்து அவருடைய ஆசை பலித்துவிட்டது. ஒரு திருவிழாக் காலத்தில் கோவிந்தன் அங்கே போயிருந்தபோது கிணற்று வேலைகள் விமரிசையாக நடந்து கொண்டிருந்தன.

சின்னு அத்தையுடன் வேலைக்குப் போகிற இரண்டு ஆண்கள் கிணறு வெட்டிக் கொண்டிருந்தனர். சின்னு அத்தை தனியாக மண்ணை எடுத்து வெளியே போட்டுக் கொண்டிருந்தாள். கிட்டதட்ட மண்ணில் குளித்து விட்டிருந்தபோதும் சிரித்தபடியே கோவிந்தனைக் கூப்பிட்டுச் சொன்னாள்,

''இந்தத் தடவ திருவிழாவுக்கு அத்தை வரல கோயிந்தா...''

கிணறு கீழே போய்க் கொண்டேயிருந்தது. முதலில் சிவந்த மண் வெளியே வந்தது. பிறகு அரிசிமாவு போல வெள்ளையான மண். இடையில் செங்கல்லும் வந்தது.

''நல்ல ஐஸ்வர்யமான கிணறு...''

கிணறு வேலையை வேடிக்கைப் பார்க்க நிறைய ஆட்கள் கூடியிருந்தனர். சிலரெல்லாம் மண் இழுத்துப்போட உதவினர்.

''ஊத்து இருக்குமா?''

''இன்னும் பத்தடி கீழே போனாதான் சொல்ல முடியும்''

''இன்னும் ஒராளக் கூப்டிருக்கலாமே சின்னு, இத இழுத்துப்போட'' ஒரு பெரிய மனுஷர் குடையை ஊன்றி நின்று கேட்டார்.

சின்னு அத்தை மிகவும் சோர்வடைந்திருந்தாள். நாட்கள் செல்லச்செல்ல மேலும் தளர்ந்துவிட்டாள். இரவில் காய்ச்சலும் மூச்சிரைப்பும் விடாமல் துரத்தியது. கையும் காலும் வலித்து முறுகி, தூக்கம் வராமல் பாயில் புரண்டுகொண்டே இருந்தாள். இனி அடுத்த கோடையில் வேலையைத் தொடரலாம் என்று எல்லோரும் அறிவுறுத்திய போதும்கூட சின்னு அத்தை அதைக் காதில் போட்டுக் கொள்ளவேயில்லை.

கிணறு மேலும் கீழே இறங்கியபோது ஒரு நாள் அத்தைக்கு ஓர் ஆசை தோன்றியது. கிணற்றுக்கு உள்ளே எட்டிப்பார்த்துக் கூவினாள்.

''கிருஷ்ணன் குட்டீ, நான் கெணத்துல எறங்கணுமேடா...''

முதலில் எல்லாரும் அதை விளையாட்டாக நினைத்தார்கள். ஆனால் அத்தை உள்ளே இறங்கியே விட்டாள். கிணற்றில் இறங்கி நின்று அவள் வெடித்துச் சிரித்ததை ஆட்கள் ஓடிவந்து பார்த்தனர்.

அன்றுமாலை கோவிந்தன் திருவிழா பார்த்துவிட்டு திரும்பி வந்தபோது சின்னுஅத்தை தரையில் படுத்துக் கொண்டிருந்தாள். நளினி அக்கா முதுகில் தைலம் தடவி விட்டுக் கொண்டிருந்தாள்.

''இவ ஏன்தான் இப்டி பண்றாளோ?'' வராந்தாவிலிருந்து வேலுமாமா கத்தினார்.

''அம்மாவுக்குப் பைத்தியம்தான் போலருக்கு'' ராமன்குட்டி அண்ணன் முணுமுணுத்தார்.

மறுநாள் கிணற்றிலிருந்து ஈரமண்ணை வெளியே எடுத்தனர். மதியத்திற்குள் ஊற்றை உடைத்துக் கொண்டு முதலில் மெதுவாகவும், பின்னர் வேகமாகவும் எங்கிருந்தெல்லாமோ நீர் பெருகி வந்தது. அக்கம் பக்கத்தினரெல்லாம் ஓடி வந்தனர். கிணற்றைச் சுற்றி ஒரு திருவிழாக் கூட்டம் கூடியது.

''பளிங்கு மாதிரி இருக்கு தண்ணி...''

''கார்த்திகையில தண்ணி பாத்த கெணறு. இனிமே வத்தவே வத்தாது''

நீர் தெளிந்தவுடன் சின்னுஅத்தை ஒரு பாளையைக் கிணற்றிலிறக்கினாள். முதல் பாளைத் தண்ணீரையெடுத்துத் தன் தலையில் ஊற்றினாள். இரண்டாவது பாளைத் தண்ணீர் முழுவதையும் குடித்தாள்.

''பாயசம் வெக்கணும் சின்னு அக்கா...'' கிருஷ்ணன்குட்டி சொன்னான்.

இரவில் ஆறாட்டு முங்கிய தேவரும் பரிவாரங்களும் வயல்வழியாக கூப்பாடு போட்டபடி கடந்து சென்றனர். நளினி அக்கா பாயசம் வைத்து வேலையாட்களுக்கும் அக்கம் பக்கத்தினருக்கும் பரிமாறினாள். சின்னு அத்தையைக் கூப்பிட்டபோது பசிக்கவில்லையென்று சொல்லிவிட்டு நிலவறையிலேயே பாய் விரித்து மாலையிலேயே படுத்து விட்டிருந்தாள்.

கோவிந்தனுக்கு இன்னமும் துல்லியமாக நினைவிருக்கிறது. அன்று இரவு மழை ஆர்ப்பரித்துக் கொட்டியது. இடியும் மின்னலும் பேய்க்காற்றும் உடன் இணைந்துகொண்டது. விடியற்காலையிலேயே

சின்னு அத்தை வாந்தியெடுத்தாள். இரண்டுமுறை வாந்தி எடுப்பதற்குள் அவள் சோர்ந்துவிட்டிருந்தாள். நளினி அக்கா தண்ணீர் கொதிக்க வைத்து ஆற்றிக் கொண்டுபோய் கொடுத்தபோது ஒரு கவளம் மட்டும் குடித்தாள். ஆனால் அது உள்ளே இறங்குவதற்குள் மீண்டும் வாந்தியெடுத்தாள்.

அதன்பிறகு அத்தை தண்ணீர் குடிக்கவில்லை. அதைப் பார்த்தாலே பரிதவித்தாள்.

"செய்வினை வச்சுட்டாங்கம்மா..." சின்னுஅத்தை ஓவென அழுதாள்.

மருந்துகள் கொடுத்தும் பயனில்லாததால் சின்னு அத்தையை திருச்சூர் பெரிய மருத்துவமனைக்குக் கூட்டிக்கொண்டு போனார்கள். ஒரு மாதம் அங்கேயே படுத்திருந்தாள். அத்தையைப் பார்க்க அம்மாவோடு கோவிந்தனும் போயிருந்தான். மருத்துவமனைப் படுக்கையில் அசைவற்றுப் படுத்திருந்த சின்னுஅத்தை மிகவும் தளர்ந்து உருக்குலைந்து போயிருந்தாள். பயந்து மிரண்ட கண்களால் எல்லோரையும் பார்த்தாள். கோவிந்தனை அடையாளம் காணமுடியவில்லை.

அப்போதும் சின்னு அத்தையால் தண்ணீர் குடிக்க முடியவில்லை. தண்ணீரைப் பார்க்கும் போதெல்லாம் பயந்து மிரண்டாள். வேலு மாமாவும் ராமன்குட்டி அண்ணனும் சோர்ந்து விட்டனர். வேலுமாமா, அம்மாவிடம் சொன்னார்.

"இனிமே ரொம்ப நாள் தாங்காதுன்னு டாக்டரு சொல்லிட்டாரு. ஆசுபத்திரில இதுக்கு சிகிச்சையே இல்ல. இது தாங்க முடியாத நோய்" வேலு மாமாவின் உதடு துடித்தது. அவரால் கட்டுப்படுத்த முடியவில்லை. ஒரு குழந்தையைப் போலத் தேம்பினார்.

பூரம் தெற்குப் பக்கமாக முடிவடைகிற தேக்குக்காடு வழியாக கோவிந்தனும் அம்மாவும் ஊருக்குத் திரும்பினர். வழியில் சிவந்த மலர்கள் மழையில் நனைந்து ஊறிக் கிடந்தன. சின்னு அத்தையின் எண்ணெய்ப்பிசுப்பான கழுத்தில் கால் தொங்கவிட்டபடி கோவிந்தன் உட்கார்ந்து திருவிழா பார்த்த ஆலமரத்தடியில் சீட்டாட்டம் நடந்து கொண்டிருந்தது...

"கோவிந்தனுக்குக் குடிக்க என்ன வேணும்? டீயா, காப்பியா?" நளினி அக்கா கேட்டாள்.

கோவிந்தன் நிதானித்து எழுந்தான். கை கழுவுவதற்காகக் குழாயைத் திறந்தபோது நீர் பீய்ச்சியடித்துச் சட்டையின் முன்பக்கம் முழுக்க நனைந்து விட்டது.

"கோவிந்தனுக்கு அப்பவே காப்பிதான் புடிக்கும்னு சீதா சொல்லிருக்கா. பிரியமான க்ளாஸ்மேட் ஆச்சே. அவளுக்கு எல்லாம் ஞாபகமிருக்கு" நளினி அக்கா சொல்லிக் கொண்டே வெளியே வந்தாள்.

"என்ன இது? குளிச்சிட்டியே. ஆனது ஆச்சு, போயி முழுசா குளிச்சுட்டு அப்பறம் போலாம் கோவிலுக்கு. இன்னிக்கு பத்மா சுப்ரமணியத்தோட டான்ஸ் இருக்கு..."

மாலை கடந்த பிறகும் வீட்டிற்குள்ளே அனலாக இருந்தது. வெளியே வாசலில் இறங்கி கிணற்றிலிருந்து ஒரு பாளை நீரை எடுத்து தலையில் ஊற்ற வேண்டுமென்று அவனுக்குத் தோன்றியது. நிறைய தண்ணீர் குடிக்க வேண்டுமென்றும்...

கிணற்றில் இப்போது பாளை இருக்குமா? பாளையில் எடுக்கிற நீரின் குளிர்மை கோவிந்தனின் நினைவுகளில், ஒரு பாக்குத் தோட்டத்தின் குளிர் போல நிறைந்தது. புத்தாடையின், வெற்றிலையின், வியர்வையின் மணம். தீ வெட்டிகளின், ஒளி விளக்கின் பளபளப்பு...

திருவிழா பார்க்காமலேயே திரும்பிவிட கோவிந்தன் முடிவெடுத்தான். டீ குடித்து விடைபெற்று அவன் வெளியே இறங்கினான்.

நாடக வீடு

சென்ற மாதம் மும்பை சென்றிருந்தபோது இந்த முகவரி மீண்டும் நினைவுக்கு வந்தது. ஆர்.கே.கெமிக்கல்ஸ், 42 - விக்டோரியா காம்பவுண்டு, பி.ஜி. திலக் மார்க், பாண்டூப் வெஸ்ட். பல வருடங்களுக்கு முன்னால், முகவரிகளையெல்லாம் ஞாபகம் வைத்திருக்க அவசியமற்ற வயதில் எழுதி வைத்ததை இவ்வளவு காலத்திற்குப் பிறகும் மறந்திருக்கவில்லை. இருபது வருடங்களாக மும்பையிலிருக்கும் என் நண்பன் சுதாகரன் சொன்னான், ''நீ என்ன சொன்னாலும் அப்படி ஒரு கம்பெனி அந்த எடத்துல இப்ப இல்ல. போன பத்து வருஷத்துல மும்பை மாநகரம் ரொம்பவே மாறிடுச்சு. சில டவுன்ஷிப்பே காணாமப் போயிடுச்சு. இன்னிக்கு இது ஆயிரக்கணக்கான பேக்டரிகளோட சுடுகாடு '

கம்பெனி இல்லை என்று தெரிந்ததால், அந்த முகவரியைச் சார்ந்த நபரின் பெயரை நான் சுதாகரனிடம் சொல்லவில்லை. டி. சங்கர்தாஸ், ஃபோர்மேன்... அவருக்கு இப்போது மிகவும் வயதாகியிருக்கும். உயிரோடிருப்பார் என்பதற்குக்கூட உத்தரவாதமில்லை. ஆனாலும் கடந்த முப்பது வருடங்களுக்கிடையில் நான் பலமுறை அவரை நினைவு கூர்ந்திருக்கிறேன்.

என்னுடைய சிறுவயதில் எங்களுடைய பக்கத்து வீடு எப்போதும் காலியாகவே இருந்தது. அது மும்பையில் வேலை பார்க்கும் கோவிந்தன்

அண்ணனின் வீடு என்று கேள்விப்பட்டிருந்தேன். இந்த கோவிந்தன் அண்ணனை நான் பார்த்ததேயில்லை. வீட்டை ஒட்டியிருந்த ஒரு ஏக்கர் நிலமும் பராமரிப்பில்லாததால் காடு போலாகிவிட்டிருந்தது. தென்னை மரங்கள் பலதும் தலையில்லாமல் போய்விட்டன. சில மரங்கள் விழுந்தும் விட்டன. அந்த இடத்தில்தான் நாங்கள் விளையாடுவோம். எப்போதாவது சில வாடகைக்காரர்கள் வந்து தங்குவார்கள். வருடத்தில் ஒரு தடவை நடைபெறும் கலாசமிதி ஆண்டுவிழாவின் நாடக ஒத்திகைகூட அங்குதான் நடக்கும் என்பதால் பெரும்பாலானோர் அதை நாடகவீடு என்றே அடையாளப்படுத்தினர். சமையலறையும் வரவேற்பறையும் ஒரு சின்ன அறையும் கொண்ட வீடு அது. நாடக நடிகைகள் கதவும் தாழ்ப்பாளும் உள்ள அந்தச ?சின்ன அறையில் படுத்துக்கொள்வார்கள். ஒத்திகை தொடங்கிவிட்டால் என்னைப் போன்ற குழந்தைகள் அங்கிருந்து நகர்வதேயில்லை. நாடகங்களின் வசனங்கள் முழுக்க நாங்கள் கேட்டுகேட்டு மனப்பாடமாக்கி விடுவோம். ஒன்றுக்கொன்று விகாரமாக இருந்தன அன்றைய உரையாடல்கள்.

நான் ஒன்பதாவதோ பத்தாவதோ படித்துக் கொண்டிருந்த காலத்தில் ஒரு பெண் கைக்குழந்தையுடன் அந்த வீட்டில் வந்து தங்கினார். வாடகைக்கு அல்ல, ஒரு வகையில் வீட்டின் உரிமையாளர் என்றுகூடச் சொல்லலாம். தான் கோவிந்தனின் மனைவி என்றும் கோவிந்தன் ஒரு வருடத்திற்கு முன்னால் மஞ்சள்காமாலை நோயால் மும்பையிலேயே இறந்துவிட்டார் என்றும் அவர் சொன்னார். மரணச் செய்தியை உரிய நேரத்தில் ஊரில் யாருக்கும் அறிவித்திருக்கவில்லை, அறிவிக்க வேண்டிய அளவுக்கு நெருக்கமான உறவினர்கள் யாரும் ஊரில் இருந்திருக்கவில்லை.

மும்பை போன்ற ஊரிலிருந்து இறந்தவர்களின் உடலை, சொந்த ஊருக்குக் கொண்டு வருகிற பழக்கமெல்லாம் அந்தக் காலத்தில் மிகக் குறைவு. இன்றைய நிலைமை அல்ல அன்று. பெருநகரங்களெல்லாம் அன்று மிகவும் தூரமாக இருந்தன.

சுடுகாட்டிலிருந்து பெறப்பட்ட கோவிந்தன் அண்ணனின் சாம்பலை அந்தப் பெண் பத்திரப்படுத்தியிருந்தார். கம்பெனி தொடர்பான சில

பத்திரங்கள் நிலுவையிலிருந்ததால் அவர்களால் உடனே இங்குவர முடியவில்லை. இப்போது இங்கு வரும் வழியில் திருநாவாய் ஆற்றில் இறங்கி குழந்தையின் கையால் சாம்பலை ஆற்றில் கரைத்துவிட்டு வந்திருக்கிறார்கள். அந்த நேரத்தில் ஆற்றங்கரையிலிருந்த ஆலமரத்தில் நல்ல சுழல்காற்று வீசியதாகவும் இலைகள் மொத்தமாக உதிர்ந்து அவர் மீதும் குழந்தை மீதும் விழுந்ததாகவும் சொன்னார். ''சாம்பல்ல அவரோட ஆத்மா நெறஞ்சிருக்கு'' அங்கே நின்றிருந்த ஒருவன் சொன்னான்.

''அவரு சின்ன வயசுல ஓடியாடி வெளயாடுன இந்த வீட்டுல வாழணும்னு எனக்கு ரொம்ப ஆசையா இருந்துச்சு. உயிரோட இருக்கற காலத்துல நான் எப்பவும் கட்டாயப்படுத்துவேன். பிடிவாதமான மனுஷன். நான் தனியா வரணும்னு எனக்கு விதிச்சிருக்கு'' அந்த பெண் அழுதுகொண்டே என் பாட்டியிடம் சொல்வதை நான் கேட்டிருக்கிறேன்.

அவருக்கு மங்கலா என்ற அபூர்வமான பெயர். குருவாயூர் பக்கம் எங்கேயோ சொந்த ஊர். 'அவரு என்ன எப்பவும் மங்கான்னுதான் கூப்டுவாரு, திவாகரன் வேணும்னா என்ன மங்கா அக்கானு கூப்டலாமே'' ஏதோ ஒரு சந்தர்ப்பத்தில் அவர் என்னிடம் சொன்னார்.

ஆனால் நான் அவரை எப்படியும் கூப்பிடவில்லை. பெயர் தவிர அவரிடமிருந்த மற்றொரு அபூர்வமான விஷயம், எப்போதும் சேலை கட்டியிருந்தார் என்பதுதான். எங்களுடைய ஊர்ப்பக்கமெல்லாம் பெண்கள் அந்தக் காலத்தில் ஜாக்கெட்டும் வேட்டியும்தான் கட்டுவார்கள். திருமணம் போன்ற விசேஷங்களுக்கு மட்டுமே சேலை கட்டும் பழக்கமிருந்தது. இல்லையென்றால் நீண்ட பயணங்களில் மட்டும். அக்கம்பக்கத்தில் உள்ளவர்களெல்லாம் அவரை 'பம்பாய்க்காரி' என்று லேசான நக்கலோடு அழைத்தனர்.

அந்தக் காலத்தில் சமையலறையிலும், தோட்டத்திலும் படித்துறையிலும் அந்தப் பெண்ணைப் பற்றி நிறைய பேசிக் கொண்டார்கள். எங்கள் வீட்டுப் பெண்களும் அந்த சர்ச்சைகளில் கௌரவமாக பங்கு கொண்டனர். ''என்ன ஒரு வாட்டம?' என்று

எங்கேயாவது அடங்கிய குரலில் ஒரு பேச்சு கேட்டால் அது அந்த பெண்ணைப் பற்றியதுதான் என்று நினைத்துக் கொள்ளலாம். ''இப்பவும் எந்த ஆம்பளங்களையும் வளைச்சுப் போடறதுக்கான பவ்ரு அந்த மூக்கு நுனில மட்டும் இருக்கு. புருஷன் செத்துப்போன பொண்ணுன்னு அந்த நடையைப் பாத்தா யாராச்சும் சொல்லுவாங்களா? பொட்டும் புள்ளி வெச்ச ஜாக்கெட்டும், வார்ச்செருப்பும்... என்ன காலம் இது? கடவுளே...''

முணுமுணுப்புகளுக்கிடையில் கோவிந்தன் அண்ணனின் மரணத்தைப் பற்றியும் பல கதைகள் அன்று ஊரில் பரவின. இந்தப் பெண்ணின் காதலர்களுடனான சண்டையில் கொல்லப்பட்டார் என்று ஒரு கதை. இவருடைய நடத்தையில் ஏற்பட்ட மனஸ்தாபத்தால் தற்கொலை செய்து கொண்டார் என்று வேறொரு கதை. பதினெட்டு காதலர்கள் இருந்தார்களாம். அவர்களையெல்லாம் நிராசைப்படுத்தி கோவிந்தன் அண்ணன் இவரைத் தன் வசப்படுத்திக் கொண்டார். பிறகு சண்டைக்கு வேறு ஏதாவது காரணம் வேண்டுமா?

''மஞ்சக்காமால வந்துடுச்சாமே? எனக்குத் தெரியாதா கோவிந்தனப்பத்தி. நல்ல வாட்டசாட்டமா இருப்பான். இரும்பு மாதிரி ஒடம்பு. இங்கருக்கற வரைக்கும் அவனுக்கு ஒரு ஜொரம்கூட வந்ததில்ல. அப்டி என்ன இருக்குன்னு ஒட்டடக் குச்சிக்கி சேலை கட்டுன கணக்கா இந்தக் கருமத்துக்குப் பின்னால ஆம்பளங்க வேலவெட்டியில்லாம சுத்தறாங்களோ?'' எனப் பெண்கள் அங்கலாய்த்தனர்.

எங்கள் ஊரில் அந்தக் காலத்தில் பெண்ணழகு என்பது, உயரம் குறைந்து லேசாக சதை போட்டிருப்பதுதான். ஆனால் இந்தப் பெண் நல்ல உயரமாக, அகன்ற தோள்களை உடையவர். ஒல்லியாக இருந்தாலும் பேரழகோடு இருந்தாரென்று முப்பது வருடங்கள் கடந்தவிட்ட பின்னும் என்னால் நினைவுகூர முடிகிறது. அருகில் வரும்போது யார்ட்லி பவுடரின் நறுமணம் வீசும். நல்ல வாசனையுள்ள ஏதோ எண்ணெய் தேய்த்து தலைவாருவார். கண்ணிற்குக் கீழே லேசாகக் கருவளையமிட்டிருந்தது. நீளமான மூக்கு. ஒருமுறை இந்திரா காந்தியைப் பற்றி வீட்டில் பேசிக் கொண்டிருக்கும்போது அவர் கேட்டார். ''நீளமான மூக்கு இருக்கறது

நெஜமாவே அழகா?'' நான் அவரை மெல்லிய திகைப்போடு பார்த்ததைத் தவிர வேறு ஒன்றும் பேசவில்லை. பலமுறை அவர் முன்னால் என் வார்த்தைகள் சிறைப்பட்டிருக்கின்றன.

எப்போதாவது அவருடைய கண்களைத் தற்செயலாக எதிர்கொண்டால் வார்த்தைகள் அடைபட்டு விடுகின்றன. சில நேரங்களில் அந்தக் கூரிய கண்கள் மட்டும்தான் அவர் என்று தோன்றிவிடும். 'நீங்கள் கேட்ட பாடல்கள்' கேட்பதற்காகவே நான் அவர் வீட்டிற்குப் போகத் தொடங்கியிருந்தேன். அவரிடம் ஒரு டிரான்ஸிஸ்டர் ரேடியோ இருந்தது. பாடல்கள் மட்டுமன்றிச் செய்திகளும் நாங்கள் ஒன்றாக உட்கார்ந்து கேட்டோம். அவருடைய பெண் குழந்தையை எனக்கு மிகவும் பிடித்துப் போனது. ஒன்றிரண்டு நாட்கள் அங்கே போகாவிட்டால் அவர் கோபித்துக் கொள்ர்.

''திவாகரன இப்பல்லாம் பாக்கவே முடியறதில்லயே... மாஜிஸ்டிரேட், கலெக்டர் மாதிரி ஏதாச்சும் பெரிய உத்யோகம் கெடச்சுடுச்சா?' என்று சொல்லிச் சத்தமாகச் சிரிப்பார். பின் குரல் தாழ்த்தி, ''இங்க வரக்கூடாதுன்னு யாராச்சும் சொல்லிருப்பாங்கல்ல? நான் ஒண்ணும் பேய் இல்லப்பா. ரததமெல்லாம் குடிக்கமாட்டேன். என்னப் பாத்தா உனக்குப் பேய்பிசாசு மாதிரி தோணுதா? பேய்ங்கல்லாம் நல்லா அழகா இருப்பாங்கன்னு கேள்விப்பட்டிருக்கேன். நான் என்ன அப்டியா இருக்கேன்? நீயே சொல்லு'' நான் பதில் சொன்னதேயில்லை. அதற்குள் அனுசரணையில்லாத என் கண்கள் அவருடைய பார்வையுடன் கோர்த்து விட்டிருக்கும். அவர் மலையாளத்திலும் ஆங்கிலத்திலும் நிறைய புத்தகங்கள் வாசிப்பார். ஒரு இரும்புப் பெட்டி முழுக்க புத்தகங்கள் அடுக்கி வைத்திருந்தார். அது தவிர நானும் லைப்ரரியிலிருந்து நிறைய எடுத்துக் கொடுப்பேன்.

அவருடைய வாழ்க்கை படிப்படியாக நலிவடையத் தொடங்கியிருந்தது. கொண்டு வந்திருந்த பணம் பெரும்பாலும் காலியாகிவிட்டது. ஒரு ஏக்கர் வயல் இருந்தாலும் விவசாயம் எதுவும் இல்லாததால் அதிலிருந்து ஒன்றும் கிடைக்கவில்லை.

''பம்பாயிலேயே இருந்திருந்தா ஏதாச்சும் வேல கெடச்சிருக்கும். இண்டர்மீடியட்டும், டைப்பும், ஷார்ட் ஹாண்டும் பாஸ் பண்ணிருக்கேன். பீட்டர்சன்ல ஸ்டெனோ வேல பாக்கும்போதுதான் கல்யாணம் ஆச்சு. நான் வேலக்குப் போறது அவருக்குச் சுத்தமாப் புடிக்கல. இந்த விஷயத்தப் பத்திப் பேசி நாங்க எப்பயும் சண்ட போட்டுப்போம்''

ஒரு நொடிகள், நினைவுகள் பிரவாகமாக அவரை உலைத்தன. முகம் இருண்டது. கொஞ்சநேரம் கழித்து அவர் சொன்னார்,

''பணம் காலியாவறதுக்குள்ள ஒரு பாத்ரூம் கட்டணும்னு நெனச்சேன். ஆனா முடியல. இந்த ஆத்தங்கரையில எல்லாரு முன்னாடியும் நின்னு குளிக்கறப்போ எனக்கு வெக்கமா இருக்கு. பழக்கம் இல்லேல்ல... திவாகரன்கூட பாத்திருப்பியே, நான் குளிக்கறத? எப்படி சோப்பு தேக்கறது, எப்படி துணி மாத்தறது? உனக்கே அசிங்கமாப் போயிருக்கும் நான் குளிக்கறதப் பாத்துட்டு இல்ல?''

என் தொண்டை வறண்டது, அவருடையை பார்வையை எதிர்கொண்டதால் மட்டுமல்ல. ஆற்றங்கரையில் அவர் குளிப்பதை நான் பலமுறை மறைந்து நின்று பார்த்திருக்கிறேன். அந்தக் குற்ற உணர்ச்சியில் என்னை நானே கேவலமாக உணர்ந்தேன்.

அப்போதெல்லாம் எங்கள் ஊரில் குளியலறை என்ற வழக்கம் இருந்திருக்கவில்லை. கோவிலுக்குக் கீழே ஆற்றங்கரையில் நீளமாகக் கட்டப்பட்டிருந்த படித்துறைகளில்தான் ஆண்களும் பெண்களும் குளிப்பார்கள். ஆண்கள் வடக்குப் பக்கமாக நகர்ந்து நின்று குளிக்க வேண்டுமென்ற ஒரு பொது முடிவு மட்டுமிருந்தது. நாங்கள் கொஞ்சம் பெரிய பிள்ளைகள் கல்திட்டில் ஏறநின்று தண்ணீரில் தலைகீழாகக் குதித்து, உள்நீச்சலடித்து பிடித்த இடத்திலிருந்து வெளியே வருவோம்.

பெண்கள் எப்போதும் இடுப்பில் ஒரு துண்டு மட்டும் கட்டிக்கொண்டு நிர்வாணமான மார்புடன் குளித்திருந்தனர். சிறு வயது முதலே இதைப் பார்ப்பதால் அதில் எந்த விதமான உணர்வும் தோன்றியதில்லை. ஆனால் இந்தப் பெண் தன் பாவாடையை நெஞ்சிற்கு மேலே ஏற்றிக் கட்டியபடி

குளிக்கும்போது நனைந்த பாவாடையைப் பார்த்து மிகவும் பதறிப்போனேன். அவருடைய வாசனை சோப்பும், படம்போட்ட சோப்பு டப்பாவும், அந்தக் காலத்தில் ஆச்சரியமாக பார்க்கப்பட்டது. பாவாடையைப் போலவே அதற்குக் கீழே வெளிப்பட்ட முழங்கால்களும் இளம் ரோஸ் நிறத்திலிருந்தன. நனைந்த பின்னங்கழுத்தில் அதிகாலைச் சூரியஒளி பட்டுப் பிரதிபலிக்கும். ஆற்று நீரில் அடித்துச் செல்வதுபோல நிலையற்ற கனவுகளுக்குள்ளும் நான் மூழ்கிமூழ்கிப் போய்க் கொண்டிருந்த காலம் அது.

ஆனால் அந்தக் கனவுகள் திடீரென்று நிலைத்துவிட்டன. ஒருநாள் மாலை மங்கிய பிறகு, பரிச்சயமற்ற ஒருவன் தெருவில் நடந்து வந்தான். எங்களுடைய வீட்டு வாசலில் வந்து கதவருகே நின்று பதற்றமான குரலில் கேட்டான்.

''வெள்ளாக்கல் வீடு எது?''

''யாரோட வீடுங்க?'' என் அப்பா திருப்பிக் கேட்டார்.

''பம்பாயில வேல செஞ்சுட்டிருந்த கோவிந்தனோட வீடு...''

இரவாகி விட்டிருந்ததால் நாங்கள் வந்தவரைச் சரியாக கவனிக்கவில்லை. பேச்சை வைத்து அவன் இந்தப் பக்கத்துக்காரன் அல்ல என்பது புரிந்தது. வீட்டைக் காண்பித்து, சிறிது நேரத்திற்குப் பிறகு அப்பா கேட்டார்.

''யாருன்னு தெரியலயே, இந்த நேரத்துல? ஒரு எட்டு போயி பாத்துட்டு வந்துடவா?''

அம்மா ஆக்ரோஷமாகத் தடுத்துவிட்டாள்.

''ஒரு அவசியமும் இல்ல. பம்பாயிலயும் கல்கத்தாவுலயும் வாழ்ந்தவங்க. இங்கிலீஸ்லெல்லாம பேசத் தெரியுதில்ல் பட்டணத்துல ராத்திரி பகலெல்லாம் கெடயாது. ஆம்பள பொம்பளன்னுகூட கெடயாது. ரயில்லயும் பஸ்லயும் ஆம்பளங்களும் பொம்பளங்களும் பக்கத்தல பக்கத்துல உக்காந்துதான் போவாங்கன்னு கேட்டதில்லயா?''

சிறிது நேரத்திற்குப் பிறகு அந்தப் பெண் கையில் ஒரு ராந்தல் விளக்குடன் எங்கள் வேலியைத் தாண்டி வாசலுக்கு வந்தார். அவருடைய முகத்தில் லேசான தயக்கம் தெரிந்தது. சற்று பரிதாபமாகக் கேட்டார்.

''திவாகரனக் கொஞ்சம் என்கூட அனுப்பறீங்களா? ஒரு தொணைக்குத்தான். ஒரு ஆளு வந்திருக்காரு''

''யாரு அந்தாளு...?'' பாட்டி கேட்டார்.

''அது கோவிந்தன்கூட கம்பெனீல வேல பாத்த ஆளு. அவங்க ரெண்டு பேரும் ரொம்பப் பழக்கம். இவரு இங்க வரணும்னு வரல. திருச்சூர்ல ஏதோ வேலயா வந்திருக்காரு, பக்கம்தானே பாத்துட்டு போலாமேன்னு நெனச்சிருக்காரு. ராத்திரி ஆய்டும்னு எதிர்பார்க்கல. இரிஞாலக்குடயிலருந்து பஸ் கெடக்க நேரமாயிடுச்சுபோல. இனி இப்போ ராத்திரில திரும்பிப் போக முடியாதே... பஸ் கெடயாது. நடந்து போலாம்னு பாத்தா இங்க வழியும் தெரியாது. அதான்...''

அம்மாவுக்கும் பாட்டிக்கும் என்னை அனுப்ப துளிகூட விருப்பமில்லை. எனக்கும் அப்போதெல்லாம் வேறு ஒருவருடைய வீட்டில் சென்று தூங்குவதில் இஷ்டமில்லை. ஆனாலும் அப்பா கட்டாயப்படுத்தியதால் சென்றேன். அந்தப் பெண் ராந்தல் விளக்கை என்னிடம் தந்தார். நான் முன்னால் நடக்க, அவர் அமைதியாக என்னைத் தொடரந்து வந்தார். நடக்கும்போது சேலைக் கொசுவம் உரசும் சத்தம் மட்டும் கேட்டது. சோர்வாக இருந்த அவர் என் தோளைப் பற்றியபடி நடந்தார்.

வீட்டுக்கு வந்த பிறகும் அவர் எதுவும் பேசவில்லை. வந்தவுடன் வேகமாக உள்ளே போய்விட்டார். வந்தவன் வாசல் பெஞ்சிலேயே உட்கார்ந்து சாப்பிட்டுக் கொண்டிருந்தான். என்னை ஒருமுறை பார்த்துவிட்டு குனிந்துகொண்டான். சிரிக்கவோ பேசவோ இல்லை. மெலிந்து வெளுத்த உருவம். வழுக்கையான தலையில் சீவி ஒதுக்கிய தலைமுடி கலைந்திருந்தது. நெடுந்தூரப் பயணம் மேற்கொண்டிருந்ததால் போட்டிருந்த வெள்ளை பேண்ட் நிறம் மங்கி கசங்கிப் போயிருந்தது.

அரைக்கைச் சட்டையும் வெள்ளை நிறத்திலேயே இருந்தது. சுருங்கிய முகத்தில் உதட்டிற்கு மேலே பழையகால ஸ்டைலில் கட்டை மீசை இருந்தது.

சாப்பிடுவதற்கிடையில் அந்த ஆளுக்கு இருமல் வந்தது. அத்துடன் சாப்பாட்டை முடித்துவிட்டு, சொம்பை எடுத்து கைகழுவினான். வெளியே திண்ணையில் தலைசாய்த்து உட்கார்ந்து கொஞ்சநேரம் இருட்டையே பார்த்துக் கொண்டிருந்தான். அந்த நேரத்தில் சமையலறையில் பாத்திரங்கள் உச்சத்தில் சத்தமிட்டன. இவர் வந்திருப்பது அந்தப் பெண்ணுக்கு பிடிக்கவில்லையென எனக்குத் தோன்றியது. யாருடனோ தன் கோபத்தை வெளிக்காட்டுவது போல அவசர அவசரமாக வரவேற்பறையைப் பெருக்கி, எனக்கும் அந்த ஆளுக்குமான படுக்கையை விரித்தார். பின் குழந்தை தூங்கிக் கொண்டிருந்த அறைக்குள் வேகமாக நுழைந்து சத்தமாகக் கதவைச் சாத்தினார்.

வரவேற்பறையில் ராந்தல் விளக்கு சன்னமாக எரிந்து கொண்டிருந்தது.

''பேரு என்ன?'' அந்த ஆள் முதன்முதலாக என்னிடம் பேசினான். நான் என் பெயரைச் சொன்னேன்.

''நான் ஒரு பீடி புடிச்சுக்கட்டுமா?'' அவர் என்னிடம் அனுமதி கேட்டார். ஒரு பெரிய மனிதனோடு பேசுகிற மாதிரி என்னிடம் நடந்து கொண்டார். பீடி பிடிக்கத் தொடங்கியதும் மீண்டும் இருமல் வந்துவிட்டது. சட்டையை அவிழ்த்துவிட்டு நெஞ்சைத் தடவினார். அவருடைய உடல் மிகவும் வெளிறிப் போயிருந்தது. ஒரு முடிகூட இல்லை. கொண்டுவந்திருந்த பெட்டியைத் திறந்து ஒரு லுங்கி எடுத்தார். பெட்டியிலிருந்து நல்ல வாசனை வந்தது. சின்ன சின்ன பாட்டில்களில் பில்க்ரீம், லாக்டோகாலமின், ஸ்னோ, ஹேர் ஆயில், ஷேவிங் லோஷன் போன்றவை இருந்தன. ஒரு கறுப்பு ஸ்வேன் பேனாவை எடுத்து எனக்குத் தந்தார்.

''படிக்கற வயசுதானே, இத வச்சுக்கோ...''

''நீ கோவிந்தனப் பாத்திருக்கியா?'' அவர் என்னிடம் கேட்பார்.

''இல்லை'' என்றேன்.

‘‘வாய்ப்பில்லதான். கோவிந்தன் வீட்டவிட்டுப் போனபிறகு திரும்பி வரவேயில்லயே... அவனமாதிரி யோக்கியனான ஒருத்தன் அந்தக் காலத்துல பம்பாய் மலயாளிங்கள்ல கெடயாது. கலர் கொஞ்சம் கம்மி. ஆனா நல்ல ஒயரம், பட்டு மாதிரி அழகான முடி. நான் பல தடவ ஊருக்குப் போயிட்டு வரச்சொல்லி, அவனக் கட்டாயப்படுத்தி இருக்கேன். ஒரு தடவ என்கூடக் கெளம்பினான். ஆனா திருச்சூர்ல எறங்கின ஒடனே, ஊருக்கு வர்றதுக்குத் தயங்கிட்டான். நாங்க அன்னிக்கு திருச்சூர் நகரத்துல ரொம்பநேரம் சுத்தினோம். ராமவர்மா தியேட்டர்ல போயி சினிமா பார்த்தோம். பத்தன்ஸ் ஹோட்டல்ல சாப்டோம். மறுநாள் வண்டில திரும்பிப் போயிட்டோம்.

நானும் கோவிந்தனும் ஒரே ரூம்ல 10 வருஷம் ஒண்ணா இருந்தோம். நான் சொல்லித்தான் அவன் ஆர்.கே.கெமிக்கல்ஸ்ல வேலைக்குச் சேர்ந்தான். நாங்க பங்கிடாத ஒரு ரகசியமும் கெடயாது. இந்த மங்கலாவைக் காதலிக்கற காலத்துல நான்தான் லெட்டர் எடுத்துட்டுப் போய் குடுப்பேன். ஒரு நாளைக்கு ஒரு லெட்டர்னு அவங்க கணக்கு. ஒரு தடவ லெட்டர் மங்கலாவோட கண்ணீருல நனைஞ்சு போய்டுச்சு. அத அவனால படிக்கக்கூட முடியல. வி.டி.ல இருந்து தானா வரைக்கும் ரெண்டு பேரும் சும்மா போயிட்டு வருவாங்க. பேசிட்டிருக்கறதுக்காக...

அப்போல்லாம் நாங்க மலையாள சங்கத்துல ‘குடத்தின் விளக்கு’ நாடகம் போடற காலம். நான் பாட்டு எழுதுவேன். அவன் ராகம் போடுவான். அவன் நல்லாவே பாடுவான். ஒத்திக பாக்கறதுக்காக மங்கலா அடிக்கடி அங்க வருவா. அப்பல்லாம் மரணம் அவன நெருங்கியிருந்துச்சா?’’

அவர் பேசியது எனக்கு நாடகத்தின் வசனங்கள் போலத் தோன்றியது. முன்னர் இந்த வீட்டில் கலாசமிதியின் நாடக ஒத்திகை நடக்கும்போது கேட்ட உரையாடல்கள் நினைவுக்கு வந்தன. கடைசியாக ‘அசுவமேதம்’ என்ற நாடகம் நடந்தது. அதில் வரும் மோகன் என்ற கதாபாத்திரம் இப்படித்தான் பேசுவான்.

தூங்கச் சென்றபோது அந்த ஆள் சொன்னார்,

''பத்தாவது முடிச்சுட்டு பம்பாய் வந்துடு. நான் அட்ரஸ் சொல்றேன். ஆர்.கே. கெமிக்கல்ஸ்லயே வேல பாத்துத் தரேன். இந்த ஃபோர்மேன் டி.எஸ்.தாஸ் சொல்றதத் தவிர கம்பெனியில வேற ஒண்ணும் நடக்காது. நான் இல்லன்னா கம்பெனியே இல்ல''

நான் இடையில் எப்போதோ உறங்கிவிட்டிருந்தேன். ஆனாலும் கனவில் வசனங்கள் கேட்டுக் கொண்டிருந்தன. முதலில் 'அசுவமேதம்' வசனங்கள், பின்னர் 'விசிறிக்கு எதற்கு காற்று?'... இடையே ஒரு குரல் சத்தமாகக் கேட்டது. கூடவே அழுகையும். நான் விழித்துக் கொண்டேன். ஃபோர்மேன் சங்கர்தாஸ் அப்போது படுக்கையில் இல்லை.

அறைக்கதவு லேசாக திறந்திருந்தது. உள்ளேயிருந்து அடங்கிய குரலில அந்தப் பெண்ணின் பேச்சுச் சத்தம் வெளியே கேட்டது. தவறு எனத் தெரிந்திருந்தும் அப்போதைய சுவாரசியத்திற்காக நான் கதவிடுக்கு வழியே உள்ளே பார்த்தேன். அந்தப் பெண் கட்டிலில் தன் கால்முட்டிகளில் முகம் வைத்து உட்கார்ந்திருந்தார். அந்த ஆள் கொஞ்சம் நகர்ந்து கைக்கட்டி முகம் குனிந்து நிற்கிறார்.

''ஏன் இப்பொ இங்க வந்தீங்க? என்ன வாழவே விட மாட்டீங்களா? நான் எல்லாத்தயும் மறக்கணும்னு நெனக்கறேன். நல்லது கெட்டது எல்லாமே... எனக்கு என் பொண்ண வளக்கணும். கடவுளே... அவ இல்லன்னா நான் எப்பயோ தற்கொலை பண்ணியிருந்திருப்பேன். தயவுசெஞ்சு என்னை விட்டுருங்க. என்ன விட்டுப் போயிடுங்க''

''என்னால நீ இல்லாம அங்க வாழமுடியல. இத்தன நாளா உன்னப் பாக்காம என் மனசு நொறுங்கிப் போயிருச்சு'' என்று கூறி அந்த ஆள் உடைந்து அழுதார். ஒரு ஆண் அப்படி அழுவதை நான் முதன்முதலாக பார்த்தேன். எனக்கு வியப்பாக இருந்தது. ஆனால் அந்தப் பெண் மிகவும் கோபப்பட்டார்.

''பாக்கறதுக்கு நான் யாரு உங்களுக்கு? எனக்கும் உங்களுக்கும் என்ன சம்மந்தம்? போயிடுங்க இங்க இருந்து... எனக்கு உங்களப் பாக்க வேணாம், பாக்க வேணாம்'' அவர் அலறினார்.

பிறகு கொஞ்ச நேரம் எந்த சத்தமும் கேட்கவில்லை. நான் மீண்டும் கதவிடுக்கில் பார்த்தேன். அப்போது அந்த ஆள் கட்டிலில் மல்லாந்து படுத்திருந்தார். பெண் அவருடைய நெஞ்சில் தலை சாய்த்திருந்தார். ஒருவேளை அழக்கூடும். அவருடைய தலைமுடி கட்டவிழ்ந்து கிடந்ததால் முகத்தைப் பார்க்க முடியவில்லை. ஆனால் விசும்பல் சத்தம் மட்டும் கேட்டது.

நான் சட்டெனத் திரும்பி வந்து கண்களை இறுக்க மூடிப் படுத்தேன். தூங்கி விட்டேனோ? விடியலில் எப்போதோ தூங்கியிருக்கலாம். நான் விழிக்கும் முன் அந்த ஆள் போய்விட்டிருந்தார். எழுந்தவுடன் அந்தப் பெண்ணிடம் கூடச் சொல்லாமல் நான் வீட்டிற்கு வந்துவிட்டேன்.

அதன்பிறகு நான் அங்கு போனதேயில்லை. அவரும் என்னைப் பார்க்க வேண்டுமென்று நினைத்ததாகத் தெரியவில்லை. சில காலத்திற்குப் பிறகு நான் கல்லூரி விடுதியிலிருந்து விடுமுறைக்கு வந்திருந்தபோது, வீடும் நிலமும் விற்றுவிட்டு அந்தப் பெண்ணும் குழந்தையும் எங்கேயோ போய்விட்டார்கள் என்று கேள்விப்பட்டேன். "பம்பாய்க்கே திரும்பிப் போயிருப்பாங்க. அவங்களுக்கு அங்கதானே பழக்கம்" சிலர் சொன்னார்கள்.

சென்ற மாதத்தில் நான் ஒருவாரம் மும்பையில் தங்கியிருந்தேன். இரண்டு நாளுக்கான வேலைதான் இருந்தது. அப்பெருநகரத்தில் லட்சியமின்றி அலைந்து கொண்டிருக்கும்போது நான் கவனித்தேன். ஆள் நடமாட்டத்திற்கிடையில் என்னைப் பரவசப்படுத்திய அந்தப் பழைய பார்வையை மீண்டும் எதிர்கொள்வேனா..?